சிதை முகம்

அம்பிகாவர்ஷினி

டிஸ்கவரி பப்ளிகேஷன்ஸ்
எண்: 9, பிளாட் எண்: 1080A, ரோஹிணி பிளாட்ஸ்
முனுசாமி சாலை, கே.கே.நகர் மேற்கு,
சென்னை - 600 078. பேச: 99404 46650

சிதை முகம்

ஆசிரியர்: **அம்பிகாவர்ஷினி**©

SIDHAI MUGAM

Author: **Ambikavarshini**©

First Edition: November - 2021

வெளியீட்டு எண்: 0070

ISBN: 978-93-91994-55-6

Pages: 112

Rs. 130

Printed at : clictoprint *Chennai-600 018.*

Publisher • Sales Rights

Discovery Publications
No. 9, Plot,1080A,
Rohini Flats,
Munusamy Salai,
K.K.Nagar West,
Chennai - 600 078.
Mobile: +91 99404 46650

Discovery Book Palace (P) Ltd
No. 6, Mahaveer Complex,
Munusamy Salai,
K.K.Nagar West,
Chennai-600 078.
Ph: (044) 4855 7525
Mobile: +91 87545 07070

discoverybookpalace@gmail.com

WWW.DISCOVERYBOOKPALACE.COM

இந்த நூலில் பிரசுரமாகியுள்ள எந்த ஒரு பகுதியையும் பதிப்பாளரின் எழுத்துபூர்வமான முன்அனுமதி பெறாமல் எடுத்தாள்வதோ, மறுபிரசுரம் செய்வதோ, மொழியாக்கம் செய்வதோ, அச்சு மற்றும் மின்னணு ஊடகங்களில் மறுபதிப்புச் செய்வதோ, காப்புரிமைச் சட்டப்படி தடை செய்யப்பட்டுள்ளது. இந்த நூலிலிருந்து குறிப்பிட்ட பகுதிகளை மேற்கோள்காட்டி புத்தக விமர்சனம் செய்ய, ஊடகங்களுக்கு மட்டும் அனுமதி உண்டு.

உங்கள் மொபைல் போனிலிருந்து ஸ்கேன் செய்து
'டிஸ்கவரி புக் பேலஸ்' மொபைல் ஆப்பை டவுன்லோடு
செய்து. புத்தகங்களை வாங்குங்கள்.

சமர்ப்பணம்

பத்திரிகைகளில் எழுதும்போதுதான் பத்திரிகைகளுக்கும், எழுத்தாள மனநிலைக்கும் உள்ள பந்தம் புரிகிறது. ஓர் எழுத்தாளர் வெகுஜனவாதியாகவோ அல்லது இலக்கியவாதியாகவோ தன்னை வெளிப்படுத்திக்கொள்ளும் சுதந்திரத்தை, கட்டுடைப்பை குறைந்தபட்சம் எழுதுவோருக்கான அடையாளத்தைக் கொடுக்கக்கூடியதாக தொடர்ந்து ஊக்கமளிக்கும் பத்திரிகைகளில், எனது முதல் சிறுகதையை வெளியிட்டு அங்கீகரித்த 'கணையாழி'க்கு இந்நூலைச் சமர்ப்பிக்க விரும்புகிறேன்.

நன்றி

தொடர்ந்து கதைகள் வெளிவரும்போது வாசித்துக் கருத்துகள் தெரிவித்த நண்பர்களுக்கும், வெளியிட்ட இதழ்களுக்கும், எழுத ஊக்கமளித்தவர்களுக்கும்.

கோகிலன், அகரமுதல்வன், கனவு சுப்ரபாரதிமணியன், ரமேஷ் ரக்சன், அ.ராமசாமி, அகிலா புகழ், செந்தி, பாலமுரளி, கவிஜி, பொள்ளாச்சி அபி, வீரசோழன் க.சோ.திருமாவளவன், வேல்கண்ணன்.

ஆத்மார்த்தி, அருணாச்சலம், நரன், கதிர் பாரதி, அமிர்தம் சூர்யா, ஸ்டாலின் சரவணன், யவனிகா ஸ்ரீராம், சித்துராஜ் பொன்ராஜ், விஜய் மகேந்திரன், பண்ணாரி சங்கர், விசாகன், ரமேஷ் இளமதி, குறி மணிகண்டன், செல்வம் ராமசாமி.

அதிரூபன், அனாமிகா, N.ஸ்ரீராம், ராம் தங்கம், அருண், (வாசக சாலை) இரா.பூபாலன், தேவராஜ் விட்டலன், ஜெகநாதன், கவித்தா சபாபதி, மஞ்சுளா கோபி, அமுதன் பச்சைமுத்து மற்றும் நண்பர்கள்.

கணையாழி, கனவு, நகர்வு மின்னிதழ், படைப்பு தகவு மின்னிதழ்.

சிறுகதைகள் புலமி (முதல் புனைப்பெயர்) என்கிற பெயரிலும், க.சி.அம்பிகாவர்ஷினி என்கிற பெயரிலும் வெளிவந்திருக்கின்றன.

மதுரையை எழுதும் எழுத்து

முப்பது ஆண்டுகளுக்கு முன் மதுரையைவிட்டு வெளியேறி புதுச்சேரி, நெல்லை, வார்சா, பாளையங்கோட்டையெனச் சுற்றிவிட்டுத் திரும்பவும் மதுரைக்கருகில் இருக்கும் திருமங்கலத்திற்குக் குடிவந்துவிடலாம் முடிவுசெய்தேன். அதனால் இரண்டு ஆண்டுகளுக்கு முன்பு மதுரையின் இலக்கிய நிகழ்வுகள் பற்றிய தேடல்கள் தொடங்கின. அத்தேடலில் புதிதாக எழுத வந்திருக்கும் மதுரைக்காரர்களின் இலக்கியப் பனுவல்களைப் பத்திரிகைகளிலும் இணையப் பக்கங்களிலும் வாசிக்கத் தொடங்கினேன். அப்படி வாசிக்கக் கிடைத்த பனுவல்களில் அம்பிகாவர்ஷினியின் கவிதைகள் இருந்தன. முகநூலில் வாசிக்கக் கிடைத்த கவிதைகளைத் தாண்டிக் கணையாழியிலும் அந்தப் பெயரும் அவர் எழுதிய 'ஆறாத காயம்' கதையும் வாசிக்கக் கிடைத்தது. அதன் பிறகு மிக அண்மையில் நகர்வு இணைய இதழில் அவரது 'உள்ளங்கை அல்லி' கதையை வாசித்துவிட்டு குறிப்பொன்றை அடுத்த இதழில் எழுதியிருக்கிறேன்.

தனித்தனியாக வாசித்த இரண்டு கதைகளோடு சேர்த்து பத்து கதைகளையும் மொத்தமாக வாசிக்கும்போது அம்பிகாவர்ஷினியின் கதைசொல்லும் முறையும் கதைக்கான பொருண்மைகளை அவர் தெரிவுசெய்யும் நுட்பமும், கதாபாத்திரங்கள் இருக்கும், நகரும் இடங்களையும், அதன் சூழலை விவரிக்கும் மொழிநடையும் குறிப்பிடத்தக்கனவாக இருப்பதை உணர்கிறேன். எப்போதும் 'நான்' எனத் தன்மைக் கூற்றில் கதைசொல்லும் அம்பிகாவர்ஷினியின் கதைகள் அவரது சொந்தக் கதைகளோ என்ற தோற்றத்தை உருவாக்கக் கூடியன. தனியாக ஒரு கதையை வாசிக்கும்போது தோன்றும் அந்த உணர்வை மொத்தமாக வாசிக்கும்போது அவை தகர்த்துவிட்டன. ஒவ்வொரு கதையில் கதை சொல்லும் நான்

வேறொரு நபராக இருக்கிறார். அந்த வேறொரு நபர் பெரும்பாலும் பெண்ணாக இருக்கிறாள் என்பது குறிப்பிடப்பட வேண்டியது.

பெண்ணே கதைசொல்லியாக இருக்கும் நிலையில் குடும்ப வெளியிலும் நட்பு வட்டத்திலும் பயணங்கள் உட்பட்ட பொதுவெளியிலும் பெண்கள் எதிர்கொள்ளும் சிக்கல்களே கதைகளின் பேசுபொருள்களாக, பொருண்மைகளாக இருக்கின்றன. பெரும்பாலும் நினைவோட்டமாகக் கதைசொல்லும் தன்மை இருக்கிறது. கதைக்குள் உருவாக்கப்படும் கதாபாத்திரங்களோடு பெரிய அளவு முரண்பாடுகள் இருப்பதாக எழுதிக்காட்டாமல், முரண்பாடுகள் தோன்றும் கணங்களைத் தொட்டுவிட்டு விலகிப் போய்விடுகின்றன கதை சொல்லிகளாக வரும் நான்கள்.

இக்கதைகள் அனைத்தையும் வாசிக்கும்போது மதுரை நகரமும் அதன் சுற்றுப்புறப் பரப்பும் கதைகளுக்குள் வந்து இக்கதைகளுக்குரிய இடப் பின்னணியை உருவாக்கியிருக்கின்றன. அதன் வழியாக அம்பிகாவர்ஷினியை நிகழ்காலத்து மதுரையையும் அதன் மனிதர்களையும் அவர்களின் உணர்வுகளையும் எழுத நினைக்கும் எழுத்தாளராக காட்டுகின்றன. மதுரையை எழுதுபவர் என்ற அடையாளத்தோடு, தமிழ் நிலப்பரப்பின் மனிதர்களை அதன் வழியாக உணரவும் வைப்பவர் என நகரவேண்டும். அந்நகர்வு தன்னியல்பாகவே இந்தியப் பரப்புக்கும் உலகப் புனைவு வெளிக்குள்ளும் இட்டுச்செல்லும். அதற்கான எத்தனிப்புகள் கொண்ட எழுத்தாளராக வளர வேண்டும் என வேண்டுதலோடு அம்பிகாவர்ஷினிக்கு வாழ்த்துகள் எனச் சொல்கிறேன்.

அன்புடன்,

07.06.21

அ.ராமசாமி

அகநிலை யதார்த்தம்

'எப்பொழுதும் அவளுக்குள்ளே இருக்கிறது; குறைந்தது அந்த நல்ல தாயின் கொஞ்சநஞ்சப் பாலாவது உள்ளே ஊறிக்கொண்டுதான் இருக்கிறது. அவள் தன் வெள்ளை நிறப் பாலால் எழுதுகிறாள்'
என்ற பிரெஞ்சு பெண்ணியவாதி பேராசிரியர் ஹெலன் சீக்சூவின் வரிகளில் லயித்திருக்கும் பெண்மையை என்னவென்பேன்!

பெண் உருவாக்கும் கற்பனை உலகிற்கும் யதார்த்த வாழ்விற்கும் இடைப்பட்ட முரண்பாட்டு இழைகள் ஆழமானவை; நகாசு தன்மையுடையவை. அவளின் மென் உலகை உருக்குலைத்து, பின் சக்தியுடன் எழுப்பிக்கொண்டே இருப்பவை. இவற்றை கொண்டே, அவளின் உள் உலகம், யதார்த்த வாழ்க்கையின் சுதந்திரத்தையும் அதை இறுக்கும் கயிறுகளையும் வெளிச்சப்படுத்த முற்படுகிறது. கவிஞர் அம்பிகாவர்ஷினியின் எழுத்துலகம் இவ்வயப்பட்டிருப்பது வரமே.

எழுத்து சுதந்திரம், வெகு இயல்பாய், பெண் என்னும் குறியீட்டின் அடையாளமாய் 'சிதை முகம்' என்னும் இக்கதை தொகுப்பில் வெளிப்பட்டிருப்பதை வியப்பாய் உணர்கிறேன். பெண்களின் எழுத்துகளை நிரம்ப வாசிக்கிறேன் இப்போதெல்லாம். மிக சில பெண்ணெழுத்துக்களே தன்னை முன்னிறுத்தி கதை சொல்லும் பலமும் ஆற்றலும் வாய்ந்தவைகளாக இருக்கக் காண்கிறேன். பெண்ணின் மன உளைச்சலை பகிரும் மொழியை நான் விரும்புகிறேன்; அதன் மூலமே பெண்ணை அடையாளம் காணவும் இயலுமென்பதை நம்புகிறேன்.

அம்பிகாவர்ஷினியின் கதையுலகம் வித்தியாசமானது. அவரின் உள் உலகைச் சார்ந்தே அது இயங்குகிறது. தன்னை முன்னிறுத்தி

கதை எழுதும் பாங்கை அறிந்திருக்கிறார். கதைகளின் ஏதோ ஒரு மூலையில், அல்லது ஏதாவது ஒரு புள்ளியில், ஒரு பெண் இடமற்று அலைந்து கொண்டிருப்பதற்கான சுவடுகள் தெரிகின்றன. உறவுகளிடையே அவளின் இருப்புத்தன்மையை விவரிக்கும் விதத்தில், அப்பெண்ணின் தன்னிலைக்கான புரிதலையும் இலகுவாக சொல்லிச்செல்கிறார். இந்த கட்டுடைப்பு இவரின் கதை சொல்லும் விந்தை எனலாம்.

கல்வியறிவு குறைந்த கிராமத்து பெண்களிடம் உறவுகளின்பால் இத்தகைய அணுகுமுறையைக் காணலாம். படிப்பறிவு மிகுந்த நகரத்து பெண்களிடம், உறவுகளுடன் தன்னை இணைக்கவியலா சங்கோஜமும் அதீத கவனத்தின் குறியீடாய் அச்சமும் இருப்பதைக் காணலாம். அதை உடைத்து வாழும் பெண்ணின் ஊக்கம் இக்கதைகளில் உயர்ந்து நிற்கிறது. நாடுடைத்து திரியும் ஆதி மனிதனின் உளவியலை இவற்றில் கடந்து செல்லமுடிகிறது. எதற்கான தேடல் இது, பெண்ணின் மனதிற்கு நாடுடைப்பு சாத்தியப்படுமா என்பதெல்லாம் அத்தியாவசியமில்லா கேள்விகள். அவள் இவ்வாறிருப்பதே பெரும் சிறப்பென ஆசிரியர் மலர்கிறார். இவ்வகையில் எழுதப்பட்ட, ஊடகவியலாளர் கவின்மலரின் ‘இரவில் கரையும் நிழல்கள்’ சிறுகதை என் நினைவுக்கு வருவதை தவிர்க்க இயலவில்லை.

பெண்ணின் அலைகழிப்பை, பெண்ணினது அண்மைதன்மை குறையாது எழுதியிருப்பதுதான் எனக்குள் ஹெலன் சீக்சூவின் ‘வெள்ளை நிறப் பாலால் எழுதுகிறாள்’ என்பதை நினைவுபடுத்தியது. வாழ்க்கை எங்காவது ஓரிடத்தில் தன்னை இருத்தும், பத்திரப்படுத்தும் என்னும் நம்பிக்கையை ஒவ்வொரு கதையிலும் விதைத்திருக்கிறார். ஆனால் பெண்ணின் எதிர்பார்ப்பு, அவளைச் சுற்றியிருக்கும் உறவுகளின் நட்புகளின் சமூக முகங்களை தாங்கியே சுழலும் என்பதை அதனுள் மனத்தாங்கலாய் ஒளித்தும் வைக்கிறார்.

ஆணுக்கும் பெண்ணுக்குமான மன இசைவுகள், எத்தனை சுலபமாய் பொருந்திக்கொள்கிறதோ அத்தனை சுலபமாய் அறுந்தும் ஆடுமென்பதை உரைக்கும் கதைகள், வாசிப்பை ஒருவித கனத்தோடு தொடரச் செய்கின்றன. பெண்ணுலகத்தை ஏதாவதொரு குமிழுக்குள் அடைபடுத்த நினையாதது இக்கதைகளின் சிறப்பு. அது பெருங்காய குமிழாக இருந்தால், பெண்ணின் அடுக்களை

வாசத்தையும், குங்குமச்சிமிழாக இருந்தால் பதிபக்தியையும் காலங்காலமாய் சுட்டுபவை என்பதை சரியாய் இயம்புகிறார். அதன் கட்டுடைப்பில், கால்களை நீட்டி நடக்கக் கற்றுக்கொள்ள துடிக்கும் இவரின் எழுத்துலகம் அலாதியானதுதான்.

நவீன எழுத்தின் வனப்பை பல இடங்களில் ரசித்தபடி நிற்கமுடிகிறது. 'உப்பில் ஊறியதாக இறங்கியது விரல்களின் அழுக்கு', 'தலையணையின் மீது தலை ஒட்டவேயில்லை', 'அவன் என்னை விட்டுப்போன இடத்தில் நான் நின்று கொண்டிருக்கவுமில்லை', என்பன போன்றவை சான்று. ஊரடங்கு காலத்தின் கதைகளில் நிலவும் அசாதாரணத்தனம், வீட்டுக்குள் இருப்போரின் மெத்தனம், வேலையற்ற கையறுநிலை, வழி நெடுக சிதறிக்கிடக்கும் காட்சிப் படிமங்களை மனவிரிப்பில் பரப்பிக்காட்டும் நவீனத்துவம் போன்றவை அம்பிகாவர்ஷினியினுடைய கதைகளின் பலம்.

கதையாசிரியர் அம்பிகாவர்ஷினி அவர்கள், சிறுகதை தளத்தில் பரந்துபட்ட களங்களை, அவற்றுள் பெண்ணின் இயக்கத்தை மேலும் படைக்க என்னுடைய வாழ்த்துகள்.

அகிலா

எழுத்தாளர், மனநல ஆலோசகர்

கோயம்புத்தூர் artahila@gmail.com

நான் ஏன் கதைகள் எழுத வேண்டும்??

கவிதைகள்தான் எனக்கு ஆதியுணர்வு. முதல் கவிதைத் தொகுப்பு "தேக்குமரப் பூக்களாலான மீச்சிறு மேகமூட்டம்" டிஸ்கவரி படி வெளியீடாக 2019ல் வெளிவந்தது. இரண்டாவது கவிதைத்தொகுப்பும் வெளிவரயிருக்கிறது. இந்நிலையில் சிறுகதைத் தொகுப்பு கொண்டுவரவேண்டுமென்ற எண்ணம் மெல்ல எட்டிப் பார்த்தபோது என் கையில் ஒரு தொகுப்புக்கான கதைகள் இருந்தன. போதுமான கதைகள் இருந்தால் மட்டும் போதுமா? தொகுப்பு கொண்டுவந்துவிடலாமா? என்றால் முதலில் இந்த மனதில் பதுங்கியுள்ள உளவியலும் அதன் சூழ்நிலைகளும் சந்தர்ப்பங்களும் அதனால் நிகழ்ந்த சங்கடங்களும் வெளியேற வேண்டும். கூடவே ஒரு புதிய கதை எழுதி உள்ளுக்குள் படிந்துகிடப்பதும் அதற்கான வெளிகளும் தேவையாகயிருந்தது. கவிதைகளிலிருந்து வெளியேறி கதைகள் எழுதுவதென்பது ஒரு வழித்தோன்றல் போலத்தான். அந்த வழியை என்னால் முதற்கண் அடைவதில் கவிஞராக அடைவதில் சிரமங்களிருந்தன.

கதைகளை நான் எழுதித்தான் ஆகவேண்டும். உந்துதல் இப்படி நிகழ்ந்துகொண்டேயிருக்க முதலில் எழுதியதே 'சிதைமுகம்'. இதற்கு முன்பும் எழுத்து மற்றும் கீற்றில் கதைகள் வெளியாகியிருந்தன. சிதைமுகத்தை முதல் சிறுகதையாகக் குறிப்பிட்டுச் சொல்லக் காரணம் அது பத்திரிக்கையில் (கணையாழி) வெளியாகி என்னைச் சிறுகதையாளராக அறிமுகப்படுத்தியது என்பதால். தொகுப்பின் தலைப்பும் இதுவே. ஒரு கனவு வருகிறது அதில் நிகழக்கூடிய சம்பவங்கள் ஆழ்மன வேட்கையின் பொருட்டு ஒரு கலைவடிவமாக

கதை சொல்லும் உத்தியோடு வெளிப்படுவதையுணர்ந்தேன். அப்பொழுது நம்பினேன் கதையாளி உள்ளே இருக்கிறாரென்பதை.

இத்தொகுப்பில் இரண்டு கதைகள் கனவுகளின் அடிப்படையில் வெளிப்பட்டவை / எழுதியவை. மற்றவைகள் நிகழ்வுப்பூர்வமாயும் நினைவுகளின் மறுதோன்றா விளைவுகளினோடும், உள்ளக்கிடக்கைகளின் தீவிர அனுசரணையோடும் எழுதப்பட்டவை.

என் கதைகள் ஒவ்வொன்றிலும் பெண் இருக்கிறாள். அவளைச் சுற்றிப் பெண்கள் இருக்கிறார்கள்.

தொகுப்பிற்கு எடுத்துவைத்த பிறகு சொல்வதற்கு வேறு கதைகளும், வடிவங்களும் இன்னும் சிறுகதைகளுக்கான வெளிப்பாடுகளும், களங்களும் தேவைப்படுவனவாகயிருக்கின்றன என்பதை இங்கிருந்தே அடிபோட்டு வைத்திருக்கிறது கதை எழுதியின் நகர்வு.

தொடர்ந்து குறுநாவல்களும் எழுதத் தொடங்கியிருக்கிறேன். இது புத்தூக்கமாகயிருந்து வருகிறது. எழுதும் மனக்குதிருக்கு வேறு என்ன வேலை அதன் எதிர்காலத் தேவைகளை நிறைவேற்றுவதைத் தவிர?!

க.சி.அம்பிகாவர்ஷினி
ksambigavarshini@gmail.com

மதுரை

உள்ளே...

1. சிதைமுகம் 15
   (கணையாழி, செப்டம்பர் 2017)
2. ஆறாதகாயம் 20
   (கணையாழி, ஜனவரி 2019)
3. மும்தாஜே 25
   (கணையாழி, மே 2020)
4. சிவப்பும் மஞ்சளுமான கலவை மலர்கள் 31
   (கனவு இதழ், ஜூன் 2021)
5. தப்பிதம் 38
6. உள்ளங்கை அல்லி 62
   (நகர்வு மின்னிதழ், பிப்ரவரி 2021)
7. கானல் நீர் 69
   (கணையாழி, நவம்பர் 2020)
8. குதர்க்கம் 80
9. விருந்தாளி 88
   (படைப்பு தகவு மின்னிதழ், மார்ச் 2021)
10. வாழ்வு சூதானமானது 104

சிதை முகம்

இன்றோடு இருபது நாட்களைக் கடந்திருப்பே னென்று நினைக்கிறேன் உன்னைப் பிரிந்து. கடைசியாக நீ பரிசளித்த சொற்களைத்தான் பிரித்துப் பார்த்து பிரித்துப் பார்த்து ஆச்சரியமடைந்து கொண்டிருக்கிறேன். நம் பிரிவு எழுதப்பட்டதன் விதியா என்றெல்லாம் யோசிக்கும் மனநிலையில் தற்போது நானில்லை. என்றாலும் இது ஏன் நிகழ்ந்தது என்கிற உணர்வில் அவ்வப்போது தத்தளித்துக் கொண்டுதான் இருக்கிறேன். உன் முடிவை மட்டுமே கூறிவிட்ட நீ, எனக்கொரு வாய்ப்பை இறுதிவரை வழங்கவேயில்லாதது காலத்திற்கும் தீரப்போகாத மௌனமாகவேயிருக்கும். அதே மௌனம்தான் இப்போது என்னை எழுதவைக்கிறது ஒரு கதையை. இல்லை இல்லை இதுவரை நான் உன்னோடு கொண்டிருந்த கற்பனையை.

நம் திருமணம் நிச்சயிக்கப்பட்ட கால இடைவெளியில் காலையில் சீக்கிரமே எழுந்துவிட பிரயத்தனப்பட்டிருக்கிறேன்தான். இப்போது அதெல்லாம் முடியவில்லை. எழுவதற்கு தாமதமாகிவிடுகிறது. உன்னைச் சந்தித்திராத காலகட்டங்களில் கூட இப்படித்தான் தாமதமாகவே எழுவது வழக்கம். நாட்கள் என் கைப்பிடிகளில் இருந்ததில்லை. ஒரு பரந்துபட்ட சுதந்திரம்

என்னிடமுண்டு. அது என் அறையோடு முடிந்துவிடும் எல்லையினையுடையது.

விடிகாலையில் எழாது தாமதமாக உறங்கிக் கொண்டிருக்கும் காலைப்பொழுதில் சில கனவுகள் தோன்றும். எல்லாமே முரண்பட்டவைகள். கடந்த சில நாட்களில் கூட இதே முரண்பாடுகளை அனுபவித்து வருகிறேன். இன்று காலையில் உறங்கிக் கொண்டிருக்கும்போது ஒரு கனவு. அதில் நம் திருமணம் ஒத்தி வைக்கப்பட்டுவிட்டது என்கிற தகவலறிந்து உன்னைக் காண பரிதவித்து வருகிறேன். உன் கிராமத்தை அடைந்ததும், அங்குள்ள சில பெரியவர்கள் உன்னுடைய தாத்தா இறந்துவிட்டாரென்றும், அதனால்தான் உன் வீட்டு விசேஷம் தடைப்பட்டதென்றும், ஆலமரத்தடி அமர்ந்து பேசிக்கொள்வதையும், காரியம் செய்வதற்கான ஏற்பாடுகளுக்கு நீ அலைந்து கொண்டிருப்பதாகவும் செவிவழிச் செய்திகள் விழுகின்றன. எல்லாவற்றையும் கடந்து என் கையடக்கத்தில் ஒரு நம்பிக்கை நம் காதல் மீது உறுதியாயிருந்தது. எப்படியாவது எங்காவது உன்னைக் கண்டுவிடமாட்டோமாவென்று. குடிசை வீடுகளடங்கிய ஒரு சந்தில் நுழைந்து தேடுகிறேன். என்னை அடையாளம் கண்ட சிலர் உன் உறவினர்களாகத் தோன்றினார்கள். வாஞ்சையாக அழைத்து நலம் விசாரித்தார்களே தவிர உன்னைப் பற்றிய தகவலொன்றும் எவரும் தரவில்லை. என் கண்கள் ஈரமாகவே இருக்கின்றன. இவர்களையும் அனுசரித்துவிட்டு மீண்டும் முன்னேறுகிறேன். சிறிய அச்சந்தினைக் கடந்ததும் ஒரு நீண்ட பொதுத்தெருவிற்குள் அடியெடுத்து வைத்து சுற்றும் முற்றும் பார்த்தபடி நிற்கிறேன். என் கண்களுக்கு சில வெள்ளை நிற மாடுகள் தென்படுகின்றன. சாணத்தின் வாசம் நாசி துளைக்க ஆரம்பிக்கிறது. யாரோ ஒருவர் வழி மறிப்பதுபோல என் கனவில் ஒரு பெண் எழுத்தாளர் அவ்விடம் என்னைக் கண்ட மகிழ்வில் தன் வீட்டிற்கு அழைத்துப்போகிறார் பிரியமாக. இதே எழுத்தாளர் முன்பு ஒரு கனவில் கூட்டத்திலமர்ந்து என்னைச் செல்லமாக வம்பிற்கு இழுப்பதுபோன்று தோன்றியிருந்தார். வசதியான வீட்டுப் பெண்மணி சிறிது அச்சமும் தாழ்மையுமாக அவர்களது வீட்டினுள் நுழைந்து போகிறேன். அமரும்படி கூறிவிட்டு, தன் அம்மாவிடம் காபி தருமாறு பணித்துவிட்டு

உள்ளே சென்றுவிட்டார் அந்த எழுத்தாளப் பெண்மணி. புடவையும் அலங்காரமும் மங்களகரமாகக் காட்சி தருமவர், தனதறைக்குள் நுழைந்து போவதை இறுதி வரையிலும் ஆசையாக பார்த்துக்கொண்டேயிருந்தேன். பிறகு அம்மா காபி கொண்டு வந்து தந்தார்கள். என்னைப் பற்றி கொஞ்சம் விசாரித்துப் பேசிவிட்டு மீண்டும் சமையல் வேலைகள் இருக்கும்படி கூறியவரைக் காணவில்லை. சட்டென்று ஒரு அறையிலிருந்து வெளிப்பட்ட எழுத்தாளப் பெண்மணி பாவாடை சட்டையணிந்து கொண்டு வந்தார். கையில் சில பழைய உருப்படிகளை எடுத்துக் கொண்டும் வந்திருந்தார்.

இதோ இந்த உடைகளையெல்லாம் பார். உனக்குப் பிடிக்குமென்று கைகளில் அள்ளி வைத்தார். ஒவ்வொன்றாக பார்த்துக் கொண்டிருக்கிறேன். எல்லாமே பாவாடை சட்டைகள்தான். பழையதென்று சொல்லமுடியாது. பழகிப்போன உடைகளென்று சொல்லலாம். நல்ல உருப்படிகள். தடவித் தொட்டு அழகு பார்த்துக் கொண்டிருக்கும்போது, அம்மா மீண்டும் வந்தார்கள். ஆடைகளைப் பற்றி இம்முறை விசாரித்துவிட்டு, பிடித்திருக்கிறதா என்று கேட்டுவிட்டு மறைந்து கொண்டார்கள். அம்மா அவர்களுக்குக் கொடுத்ததுபோக, மிச்சமிருக்கிற கனத்த புன்னகைகள் ஒவ்வொன்றையும் எழுத்தாளப் பெண்மணி கேட்கும் கேள்விகள் மற்றும் அவர் கூறும் கதைகளுக்கும் சளைக்காமல் புதுப்பித்துக் கொண்டிருந்தேன். என் தலை அவ்வப்போது அவர்கள் கொடுத்த ஆடைகளின் மேல் சாய்ந்து மீள்வதாகயிருந்தது.

ஒருவழியாக விடைபெற்றுக்கொண்ட நான் வீட்டைவிட்டு வெளியேறி அதே திக்கற்ற தெருவிற்கு வருகிறேன். இம்முறை உன்னை தூரத்தில் கண்டுவிட்ட திருப்தியில் கண்களின் ஈரம் தெளிவானதொரு காட்சியைக் காட்டிக் கொண்டிருந்தது. முற்றிலும் இதுவரை நான் கண்டிராத ஒரு தோற்றத்தில் நின்று முன்பு கண்டேனே, அந்த மாடுகளுக்கு புல்லோ வைக்கோலோ தழைகளோ எடுத்துச் செல்வது தெரிகிறது. நின்ற இடத்திலே இருந்துகொண்டு உன்னை அழைக்க உதடுகள் எச்சில் விழுங்கினாலும் என் கால்கள் பரபரத்தன. அருகே முதலில் சென்றுவிடுவோமென்கிற ஆசை என்னை விடவேயில்லை.

இந்தத் தெரு மிகவும் சிறியதாகத்தான் இருந்திருக்கிறது. இதோ நான்கு எட்டுகளில் பிடித்துவிட்டேன் உன் அருகாமையை. அருகே வந்துவிட்டேன் எவ்வித சலனமுமின்றி மாடுகளைக் கவனிப்பதிலேயே குறிக்கோளாய் இருக்கிறாய்.

ஏன்..? நான் நிஜமாகவே நேரில் வந்துவிட்டேனே கனவொன்றும் இல்லையே..? என்று என்னை நானே கேட்டுக் கொண்டிருந்தேன் சில நிமிடங்களுக்கு. பிறகு ஏதோ பொறி தட்டியது. பேசத் தொடங்கினேன்.

"என்னை இப்போதுதான் காண்கிறாய் நீ. வந்து வெகுநேரமாகிவிட்டது. ஏன் என்னைக் காண வரவில்லை. நம் திருமணத்தை ஏன் நிறுத்திவிட்டாய். என்னால் உன்னைப் பிரிந்து சில காலங்கள் கூட இருக்க முடியாது. உனக்குத் தெரியாதா..?!" பிடிவாதமாய் மீண்டும் நானே தொடர்கிறேன். "ஏன் இப்படி செய்தாய்? என்ன காரணம்..?"

என்னைச் சமாதானம் செய்வதறியாது நின்று கொண்டேயிருக்கிறாய். என் கேள்விகளை எண்ணிக் கொண்டிருப்பாய் போலும். உன் முகத்தில் தாளமுடியாத வருத்தம் தோய்வதை உணர முடிகிறது. என் நெஞ்சம் ஈர நினைவுகளுடன் கசிய முடியாதது. உன் முகமும் அதே தோரணையில் அமிழ்ந்திருப்பதை பார்த்துக்கொண்டு எவ்வளவு காலம்தான் அங்கு நின்றிருப்பேன்.

என் கைபிடித்துக் கொண்டு சிறிது தூரம் அழைத்துச் சென்றபோது உன்னோடு தான் போகிறேனென்கிற சுயநினைவு வருகிறது. அதுவரை என் கைப்பிடிக்குள் இருந்த என் நம்பிக்கை உன் கைப்பிடிக்குள் இடம்மாறியிருப்பதை புரிந்து, ஒன்று சேர்ந்த உணர்வு ஒரு உறவில். உனக்கும் எனக்கும் இருக்கும் உறவை இதைவிடவும் வேறெப்படி ஏற்றுக்கொள்ள முடியும் என்னால்.

எத்தனை ஆசை என் மீது. இழுத்துப் போகிறாய். ஆனால் மிதப்பது போலிருக்கிறது. இந்தத் தெருவெல்லாம் பஞ்சுப் பொதிகளால் போர்த்தப்பட்டிருக்கிறது போலும். அதோ முன்பு கடந்து வந்த ஆலமரம். அதே பெரியவர்கள். இப்போது இரவு கவியத் தொடங்கியிருக்கிறது அவ்வளவுதான். ஒரு சிதைக்குள் வயதான பெரியவரை வைத்து மூடியிருக்கிறார்கள். முகம்

மட்டும் தெரிகிறது. அநேகமாக உன் வீட்டின் பின்புறமாக இருக்க வேண்டுமென்று தோன்றுகிறது சிதை வைக்கப்பட்ட இடம். சுற்றிலும் மண் தரை.

குறிப்பிட்ட இடத்தில் நிற்க வைத்து, "அதோ பாரேன். அதான் என் தாத்தா. தாத்தா எறந்து போனாரு. அதான் நம்ம கல்யாணம் நின்னுபோச்சு. எல்லாக் காரியமும் முடியட்டும். கொஞ்ச நாளாகும். அதுவரைக்கும் பொறுமையா இரு."

அவன் கைபிடிக்குள்ளிருக்கும் நம்பிக்கையில் அவன் கூறியவற்றை ஏற்றுக்கொண்டேனே தவிர, என் கண்முன்னே சிதையும் சிதைக்குள் முகமுமான காரணமாயிருக்கிறார் அவனுடைய தாத்தா. அதுவொன்றே சாட்சி.

* * *

ஆறாத காயம்

ஜெ... இத்தனை வருடங்கள் கழித்து நீங்கள் திரும்பி வந்திருக்க வேண்டாம். அதுவும் அப்பாவைச் சந்தித்து, நடக்காத கதையொன்றைச் சொல்லி, என்னைத் தேடி வருவதற்கு நீங்கள் விருப்பம் தெரிவித்திருக்க வேண்டிய அவசியம் என்ன?

அப்பா எல்லாவற்றையும் என்னிடம் கூறினார் ஜெ. உங்களுக்கு நீல நிறம் மிகவும் பிடிக்குமென்று எனக்குத் தெரியும். நீல நிறச் சட்டை அணிந்து வரும் நாட்களிலெல்லாம் எனக்கு உங்களைக் காணுவதைத் தவிரவும் கண்கள் வேறு எங்கும் அரிதாகச் சென்றதில்லை. உங்களின் பிறந்த நாளுக்குக்கூட நீலநிற சட்டையும் நீல நிற ஜீன்சும் அணிந்திருந்து வந்ததாக எனக்கு நன்றாக நினைவிருக்கிறது. அப்பாவும் நீங்களும் பேசிக்கொண்ட இந்த சந்திப்பிலிருந்தும் நான் முதலில் தெரிந்து கொண்டது நீங்கள் நீலநிறச் சட்டை அணிந்தே வந்திருக்கிறீர்கள்.

கையில் ஒரு குழந்தையோடு வந்திருக்கிறீர்கள். முழுக்கைச் சட்டை அணிந்திருந்த உங்கள் இரு கைகளுக்குள் ஒரு பச்சிளம் குழந்தையை என்னால் காணமுடிகிறது. குழந்தைக்கு ஒரு வயது இருக்குமா? நீங்கள் அப்பாவிடம் பேசிக்கொண்டிருக்கும்போது அந்த குழந்தை எந்த அசைவுமின்றி உங்கள் மார்போடு தலைசாய்த்துக்கொள்ளவே விரும்புகிறது. கவனித்தீர்களா. நான் கவனிக்கிறேன், அப்பா உங்களைப் பற்றிய பேச்சை தொடங்கியதிலிருந்து.

நீங்கள் ஏன் இத்தனை வருடங்கள் கழித்து இப்படியொரு சந்திப்பைக் கொண்டுவந்தீர்கள். அப்பா உங்களுக்குப் பரிவாகப் பேசிக்கொண்டேயிருக்கிறார். இதை என்னால் நம்பவே முடியவில்லை. அப்பாவிடம் என்னைக் கெடுத்துவிட்டதாகவும் அதற்கு தண்டனையாக, மணம் முடிந்து ஒரு வயதுக் குழந்தையோடு தனியாக நிற்கும்படியானதாகவும் வருத்தம் தெரிவித்திருக்கிறீர்கள். நீங்கள் எப்போது என்னைக் கெடுத்தீர்கள் ஜெ.? உங்கள் குழந்தைக்கும் எனக்கும் என்ன தொடர்பு? அது உங்களோடு எவ்வளவு பேருண்மையாகக் குழைகிறது. நீங்களோ என்னைக் கெடுத்துவிட்டதாக அபாண்டமாக ஒரு பொய்யை நிரப்பி வைத்திருகிறீர்கள் அப்பாவின் நம்பிக்கைக்குள். நீங்கள் என்னைக் கெடுத்துவிட்டதாகச் சொல்லும் காலகட்டம் உங்களுக்கு நினைவிருக்கிறதா?

அப்போது நான் உங்களுடைய மாணவி. ஆரம்பத்தில் எந்த வித ஈர்ப்பும் உங்கள் மீது எனக்குத் தோன்றியதில்லை. வகுப்பிற்கு நீங்கள் வருவதும் போவதும் சகஜமாகத்தானிருந்தது. எப்போதிருந்து எனக்கு உங்கள் மீது ஈடுபாடு என்று தெரிய வில்லை. குறிப்பாக நான் எடுத்துச் சொல்லவேண்டும் என்றால் உங்களை நீலநிறச் சட்டையில் பார்த்த பிறகாக இருக்குமென்று நினைக்கிறேன். உங்கள் வலது கையை எப்போதும் ஒரு உயரமான இடத்தில் வைப்பிருத்திக்கொண்டு ஒயிலாக நிற்கும்போதாகக் கூட இருக்கலாம். நான் படித்துக் கொண்டிருக்கும்போது, எதேச்சையாக நிமிர்ந்து பார்க்கும்போது, தொடந்து பார்த்துக்கொண்டேயிருக்கும் உங்கள் பழுப்பு நிறக் கண்களை எனக்குப் பிடித்துப்போனதாக இருக்கலாம். நானும் கூட இரண்டு மூன்று முறை உங்கள் கண்களைத் தொடர்ந்து பார்த்திருக்கிறேன். ஒருமுறை அப்படிப் பார்த்துக்கொண்டிருந்தபோது அருகில் வரும்படி தலையசைத்தீர்கள்.

எனக்கு அப்போது பதின் வயது. நான் அருகில் வந்ததும் மிக அருகில் வருமாறு இம்சித்தீர்கள். எனக்குப் புதிதாக இருந்தது. ஏன் இப்படி நெருங்கியழைக்கிறீர்களென்று புரியாமல் மிகச் சிறிய இடைவெளியில் நின்றுகொண்டிருந்தேன். அப்போது என் இடது கை மணிக்கட்டிற்குக் கீழ் ஆறாத காயமொன்று இருந்தது. அதை சுட்டிக் காட்டி,

“இது என்ன..?”

கேட்கும்போது உங்கள் கவனம் மிகவும் கூர்மையாய் இருந்தது. திகைப்பில் புண்ணாகிவிட்டதாக மறுமொழியளித்தேன். அப்போது உங்கள் உடல் மொத்தமும், வளைந்து நான் நிற்கும் பக்கத்திற்கு திரும்பியிருந்தது..

“மருந்து போடலையா?” கேட்டீர்கள். மருந்திட்டு வருவதாகத் தெரிவித்தபோது இன்னும் கொஞ்சம் பக்கத்தில் வருமாறு நெருங்கினீர்கள்.

உங்களுக்குத் தெரியுமா ஜெ. என்னை நீங்கள் இன்னும் கொஞ்சம் நெருங்கிவந்து நிற்கும்படி கூறியது இன்றுவரை வியப்பாகவே இருக்கிறது. இன்னொன்றும் கூறட்டுமா. நீங்கள் கூறிய மறுகணம் என்னால் ஒரு நொடி கூட நிலையாக நிற்க முடியவில்லை. முன்பு நின்றிருந்த இடத்தை விட்டு பின்னோக்கி நகர்ந்தே நின்றேன். இல்லை வேண்டாமென்று மறுமொழியும் அளித்தேன்.

“சரி...” என்று நிறுத்திக்கொண்டீர்கள்.

ஏன் விலகினேன் தெரியுமா? அப்போது எனக்குள் கோழைச் சிறுமியொருத்தி நடுங்கிக் கொண்டிருந்தாள். அந்த உணர்வை எப்படி விவரிப்பேன். ஒரு ஆணின் ஸ்பரிசம் இன்னதெனத் தெரியாமல், அவனுக்கு அருகில் மிகச் சிறிய இடைவெளியிலும், அவன் தொடாமலும் உணர முடியுமென்கிற நாணத்தை எனக்கு உணர்த்தியிருந்தீர்கள்.

உங்களுக்கும் எனக்குமான நெருக்கம் இவ்வளவுதான் ஜெ. அப்பாவிடம் ஏன் பொய் சொல்லிவைத்திருகிறீர்கள்? நான் மீண்டும் மீண்டும் என்னைக் கேட்டுக் கொண்டேயிருக்கிறேன். நாம் தனிமையில் சந்தித்தது கிடையாது. பழகியது கிடையாது. உங்களின் தகுதி அப்போது வேறாயிருந்தது. என் தகுதியும் அப்போது வேறாக இருக்கும்போது எப்போது என்னை கெடுத்தீர்கள். அதற்கு தண்டனையாக கையிலிருக்கும் குழந்தையை சொல்லியிருக்கிறீர்கள். இல்லாத ஒன்றைச் சொல்லிவிட்டு, அதற்குப் பரிகாரமாக என்னைத் திருமணம் செய்து கொள்வதே உத்தமம் என்றெல்லாம் புலம்பியிருக்கும் உங்களை நினைத்தால் வருந்திக் கொண்டு வருகிறது.

நீங்கள் அப்பாவைச் சந்தித்தது கனவுதான் ஜெ. உங்கள் ஒரு வயதுக் குழந்தையும் கனவுதான். கோபத்திற்கு பதிலாக அப்பாவிற்கு உங்கள் மீது நிரந்தரமாக ஏற்பட்டிருக்கும் பரிவுணர்ச்சியும் ஒரு கனவுதான்.

நீங்களும் அப்பாவும் இன்னும் பேசிக்கொள்வதை நிறுத்தவில்லை. அப்பா என் மீது சந்தேகம் கொண்டு உங்களைக் கண்காணிக்கும்படி பொறுப்பிலமர்த்தியதாகவும், அப்படி என்னைக் காண்காணிக்கும்போதுதான் என்னை ஒரு சமயம் கெடுத்துவிட்டதாகவும், அது எனக்கே தெரியாதெனவும் மழுப்பிக்கொண்டு நிற்கிறீர்கள். அப்பாவும் அதை ஆமோதிக்கிறாரே. என் பதின் பருவத்தைச் சந்தேகிக்க உங்களிருவருக்கும் என்ன துணிச்சல் இருக்க வேண்டும். இதெப்படி எப்போது நடந்தது? நான் பள்ளியை விட்டு வீடு திரும்பும்போது, சில நாட்கள் எதிர்த்த மாதிரி ஒரு ஸ்கூட்டியில் நீங்கள் வருவீர்கள். உங்கள் கண்களில் கருப்பு நிறக் குளிர் கண்ணாடி அணிந்திருப்பீர்கள். அப்படியென்றால் என்னைக் கண்காணிக்கத்தான் எதிர்திசையில் என்னைத் தேடி வந்தீர்களா? உங்களைக் காணும் போதெல்லாம் எனக்குள் காதல்தானே அரும்பியது. உங்களுக்குச் சந்தேகம் மட்டும்தான் வந்திருக்கிறது. பதினெட்டு வருடங்கள் கழிந்து என் சந்தேகத்தைத் தீர்த்துவைத்துவிட்டீர்கள் ஜெ. உங்களுக்கு என் மீது காதல் இல்லை. இதோ, இப்போது என்னைக் கெடுத்துவிட்டதாக நீங்கள் என் அப்பாவை நம்ப வைத்து, அதற்குக் காரணமும் அவர்தான் என்றும் அவரது இரக்கத்தைப் பெற்று, என்னை இப்போது விரும்புவதாக, அதுவும் உங்களுக்குக் கிடைத்திருக்கும் தண்டனைக்கு நான் இனி கிடைக்கப் போகும் பரிசு இல்லையா.

நான் ஏன் உங்களை அப்போது விரும்பினேன். இந்த பதினெட்டு வருடங்களில் என் கனவுகளில் வந்து வந்து போகும் முகமாக இருந்தீர்களே. அப்போதெல்லாம் நான் மகிழ்ந்திருக்கிறேன். கனவிலிருந்து விடியும் அந்த நாட்களைக் கொண்டாடியிருக்கிறேன். கடைசியாக நான் கண்ட கனவில் இவ்வளவு குரூரமாக வெளிப்படுவீர்களென்று இதற்கு முன்பு எனக்கு வந்துபோன கனவுகளிலும் நான் நினைத்துப் பார்த்ததில்லை. நினைத்துப் பார்த்தால் அது பகல்

கனவாகிவிடுமே. அதுதான் உறங்கும்போது இப்படியொரு பழியை என் மீது சுமத்திவிட்டு நிற்கிறீர்கள்.

என்னை எனக்கே தெரியாமல் எப்படி உங்களால் கெடுக்க முடியும். இதோ இப்படிக் கனவில் யாதும் அறியாதவர் போல நீங்கள் கதை சொல்ல, அதை அப்பா கேட்டுவிட்டு உங்களை ஆதரிக்கிறாரே இப்படித்தான் ஆழமாய் என்னால் எதுவும் செய்ய முடியாத ஒரு உறக்க நிலைக்குப் போயிருந்தேனா? நீங்கள் என்னைக் கெடுத்ததாகச் சொல்லும் சமயம் அப்படித்தான் இருந்ததா? இல்லை ஜெ. நீங்கள் என்னை எந்த சமயத்திலும் கெடுத்திருக்க முடியாது. இத்தனை வருடங்களில் நான் பத்திரமாக இருக்கிறேன் என்று சொல்வதற்கு என்னிடமுள்ள ஒரே நம்பிக்கை, நான் முழுமையாயிருக்கிறேன் என்பதுதான். நீங்கள் கனவில் வந்தாலும் சரி, நேரில் வந்தாலும் சரி, உங்களை விரும்பிக் கொண்டுதானிருப்பேன். ஆனால் என் மீதான இந்தக் களங்கத்தை நீங்கள் மறுக்க, இனி நீங்கள் கனவிலும் வர முடியாது. நேரிலும் வர முடியாது. உங்கள் தண்டனைக்குரிய சாட்சியத்தை மிகவும் பத்திரமாகப் பார்த்துக்கொள்ளுங்கள். அதுவும் ஒரு பெண் குழந்தைதானென்று உங்கள் சந்திப்பின் அத்தியாயத்திலிருந்து அப்பா சராசரியாகச் சொல்லிவிட்டார். எனக்கு இந்த நினைவு மட்டும் போதும். நீங்கள் என்னை நிஜமாகவே கெடுத்திருந்தால் கூட மிகவும் சந்தோஷப்பட்டிருப்பேன் ஜெ.

* * *

மும்தாஜே

ஒளிந்து பிடித்து விளையாடிக் கொண்டிருந்தோம். நான், மும்தாஜ், ரஃபீக், சுல்தான் பீவி. சுல்தான் பீவி இப்போது எங்களைக் கண்டுபிடிக்க வேண்டிய இடத்தில் இரண்டு கைகளாலும் கண்களைப் பொத்திக்கொண்டு, சிதைந்துபோன செம்மண் வீட்டுச் சுவரொன்றின் மீது ஏறி நின்று கொண்டிருந்தாள். குட்டிச்சுவர். சுல்தான் பீவி மும்தாஜின் தங்கை. மும்தாஜ் வீட்டில் உள்ளது போலத்தான் என் வீட்டிலும் ஒரு தங்கை ஒரு தம்பி. மும்தாஜின் வீட்டில் சுல்தான் பீவி மட்டும் கருப்பாகயிருப்பாள். சின்ன ஆட்டுக்குட்டி போல எப்போதும் முரண்டுபிடிப்பவளாகவுமிருப்பாள்.

மும்தாஜ் அப்படியில்லை. களையான முகம். என் நிறத்தை விட கொஞ்சம் கூடுதல் நிறமுடையவள். மும்தாஜ் எப்போதும் ஜட்டி மட்டுமே அணிந்திருப்பாள். அப்போது நாங்கள் மூன்றாம் வகுப்பு மாணவிகள். மும்தாஜிற்கு நிறைய வேலைகள் இருந்துகொண்டேயிருக்கும். அவள் வீட்டில் அவள்தான் சமைக்க வேண்டும். அல்லது அம்மாவின் சமையலுக்கு உதவ வேண்டும். எப்போதும் அவள் முகத்தில் சாந்தம்... சாந்தம். அவள் என் மனதிற்கு நெருக்கமான தோழியாக இருந்திருக்கிறாள். ஆனால் எங்களிருவருக்குமான உரையாடல்களைத் தேடிப் பார்க்கிறபோது

அவற்றில் கொஞ்சமும் சொற்கள் தட்டுப்படுகிறதா என்றால் தேடித்தேடிப் பார்க்கத்தான் தோன்றுகிறது.

மும்தாஜ் வீட்டில் பசுமாடுகளும் கன்றுக்குட்டிகளுமிருந்தன. வார விடுமுறை நாட்களில் பசுமாடுகளின் தாம்புக் கயிறுகளைப் பிடித்துக் கொண்டு எங்கள் வீட்டைக் கடந்து சென்று போகக் கூடிய காட்டுப் பகுதிக்குச் செல்வோம். காட்டிற்குள் நுழைய பெரிய பெரிய ஆலமரங்களைக் கடந்து செல்ல வேண்டும். பாதையெங்கும் பரந்த நிழல் பரப்பாக விரியும். எங்கள் வீட்டில் அப்போது இளம் வெள்ளைக் கன்றுக்குட்டி ஒன்று இருந்தது. எங்களோடு இன்னும் சில பெண்களும் மாடுகளைப் பிடித்துக்கொண்டு வருவார்கள். மதிய உணவுகளோடு கிளம்பும் அந்த சுகமே தனிதான்.

திறந்த வெளிகளில் அவரவர் கண்களுக்கெட்டும் தொலைவில் மாடுகளைக் கட்டிவைத்துவிட்டு கதைகள் பேசுவது, தட்டான் பூச்சிகளைத் தேடி ஓடுவது, வேறு ஏதாவது காட்டில் அவரவருக்கு வேண்டியவைகளைத் தேடிவிட்டு வருவதென பொழுதுகள் கழியும்.

எதையும் தனியாகச் சென்று பார்க்க வேண்டும் எனக்கு. ஒருமுறை உடன் வந்தவர்கள் அவரவர் தேடல்களைப் பூர்த்தி செய்யக் கிளம்ப, நானும் என்பங்கிற்கு தனியாகக் கிளம்பிவிட்டேன். நடக்க நடக்க மணல்மேடு போலப் பாதை. எங்கள் எல்லோருக்குமான காட்டிலிருந்து விலகி வறட்சியான பாதையொன்றில் நடக்கத் தொடங்கியிருந்தேன். மணல் மேட்டில் ஓரிடத்தில் நிற்கத் தோன்றியது. கீழே பார்த்தால் வற்றிப் போன குளம். பெரிய குளம். காய்ந்து போன நீர்த்தடங்களின் கிளைகள். வெகுநேரமாக அங்கேயே நின்றுகொண்டிருந்தேன். அந்தக் குளத்தில் ஏதோவொன்று இருக்க வேண்டும். பார்த்துக்கொண்டேயிருந்தேன். மும்தாஜ் தேடிக்கொண்டு வந்தாள். அவள் என் கைகளைப் பிடித்து இழுத்தாள். எனக்கு ஜீவன் இல்லை. என் கால்கள் நகர மறுத்தன. அவள் இங்கெல்லாம் நிற்கக் கூடாது என்பது போல எச்சரித்தாள். உச்சிவேளை பேய்கள் நடமாடும் என்றெல்லாம் சொல்லிப்பார்த்தாள். விருப்பமில்லாமல் அவளோடு நடந்து சென்றேன். மணல் மேட்டிலிருந்து திரும்பி சமநிலைக்கு

வந்தபோது என்னுடைய மாடு அதன் போக்கில் கட்டப்பட்ட மரத்திலிருந்து விஸ்தரித்து மேய்ந்துகொண்டிருந்தது.

காட்டிற்குள் நுழைந்ததும் சிறிது தூரத்தில் தென்படும் கிணற்றடியைத் தேர்வு செய்துவிடுவோம். அங்கு மட்டும்தான் உட்காரக் கிடைக்கின்ற மரநிழல்கள் நீரின் குளுமையோடு தரையில் படர்ந்திருக்கும் மண்ணின் ஈரத்தையும் அசைத்துக்கொண்டிருக்கும். ஒவ்வொருவருக்கும் ஒரு நிழல் பிடித்துக்கொள்வோம். கொண்டுவரும் உணவுகளைப் பகிர்ந்தும் பார்த்தும் உண்டும் மகிழ்வோம். பெரும்பாலும் மும்தாஜ் தூக்குவாளியில் பழையசோறும் பச்சை மிளகாயும் எடுத்துக்கொண்டுதான் வருவாள். பழைய சோற்றை நன்றாகப் பிசைந்து கரைத்துவிடுவாள். கொஞ்சம் பழைய சோற்றைக் குடித்துவிட்டு பச்சைமிளகாயைக் கடித்துக்கொள்வாள். எனக்கும் பழைய சோற்றின் மீது ஈர்ப்பு. மும்தாஜ் எனக்கு பழையசோற்றைக் கரைத்துக் குடிக்கலாமென்கிற பழக்கத்தை அறிமுகப்படுத்திவிட்டாள்.

மேலுடலில் துணியில்லாமல் இடுப்பில் ஜட்டியை மட்டுமே அணிந்துகொண்டு வளைய வளைய வருவாள் மும்தாஜ். வீட்டுத் திண்ணையில் எல்லாரும் அமர்ந்து பேசிக்கொண்டிருந்தோம். பொழுது இருட்டத் தொடங்குகிறபோது ஒரு நீளத் தூக்குவாளி நிறைய நோன்புக் கஞ்சியை எடுத்துவந்திருந்தாள். தூக்குவாளியில் நோன்புக் கஞ்சியின் மணம் ஆவி பறக்க சுடச்சுட எடுத்துவந்திருந்தாள். எங்கள் வீட்டின் முற்றம் அப்போது பெரியது. சாணம் தெளித்திருப்போம். மும்தாஜ் கொண்டுவந்திருந்த தூக்குவாளி மூடி இல்லாமலிருந்தது. கஞ்சியின் சூடும் மங்கல் நிறமுமாகயிருந்தது. கஞ்சியில் கறி போடுவார்களென்றாள்.

“அய்யோ...”

“கறியெல்லாம் எடுத்துட்டு தான் கொண்டாந்துருக்கேன்.”

அந்த கிராம்பின் தூக்கல் வாசனை எனக்குப் பிடித்து விட்டது. சாணம் தெளித்துக் காய்ந்துபோன முற்றத்தில்தான் நின்றுகொண்டிருந்தோம். அவள் பலமாகச் சிரிக்கமாட்டாள். எதையாவது கொடுத்துக்கொண்டேயிருப்பாள். கடைசியாக

இரண்டு வருடங்களுக்கு முன்பு போத்தீஸில் ஒரு தப்பை நிறைய நோன்புக் கஞ்சி குடித்தேன். போன வருடம் அது வாய்க்கவில்லை.

அப்போது நாங்கள் பொய்கைக்கரைப்பட்டியில் குடியிருந்தோம். அங்கிருந்து வேறு ஊருக்கு வீடு மாற்றுவதற்கு பொருள்களையெல்லாம் கட்டிவைத்துக்கொண்டிருந்தோம். இரண்டு மூன்று நாட்களாக ஒரே வேலை. அட்டைப்பெட்டியில் பொருள்களை எடுத்துவைப்பது, சாக்குகளில் பாத்திரங்கள், வெள்ளை உரச் சாக்கில் துணிகளை எடுத்துவைக்கவும் தூசி, தும்மல்கள் வியர்வையென்று களைப்பு... களைப்பு. இரவானால் டெம்ப்போ வண்டி வந்துவிடும். வேலையாக இருந்ததால் மும்தாஜ் வீட்டுப்பக்கம் ஆளே காணவில்லை. வீடு மாறப் போகிற தினத்தன்று காலையில் வந்தாள். சமையல் பாத்திரங்கள், ஸ்டவ் எல்லாவற்றையும் எடுத்துக் கட்டிவைத்துவிட்டோம். சாப்பிடுவதற்கு கடையில் இட்லி, காபி வாங்கிவரச் சொன்னார்கள். நானும் மும்தாஜும்தான் கடைக்குக் கிளம்பினோம். என் கையில் தூக்குவாளி. மும்தாஜ் அதுவரை கூட்டிப் போகாத கடை ஒன்றிற்கு கூட்டிப் போனாள். அது ரோட்டைக் கடந்து, இரண்டு வயல்கள் தள்ளி எங்கோயிருந்தது. விளைச்சல் இல்லாத வயல்கள்.

வீடு மாறி வெளியூருக்குச் சென்றுவிட்டோம். புதுவீட்டிற்குப் பக்கத்திலேயே அமைந்துவிட்டது புதிய தோழியின் வீடு. அவள் பெயர் கீதா. அவளுக்கு ஒரு அக்கா. அவள் பெயர் கிரிஜா. கீதா என்னைவிட இரண்டு வகுப்பு பெரியவள். இருந்தாலும் என் குணத்திற்கு ஒத்துப்போனாள். அவள் வீட்டில்தான் டிவி பார்ப்பதுண்டு. வீட்டில் டிவியை எடுத்துவைக்கவில்லை.

ஒருநாள் இரவு கீதா வீட்டில் டிவி பார்த்துக்கொண்டிருந்தேன். டிவியை உள் ரூமில் வைத்திருப்பார்கள். அந்த ரூமின் வாசல்படியை யொட்டி அமர்ந்துதான் டிவி பார்த்துக்கொண்டிருப்பேன். அன்றைக்கு ஒளியும் ஒலியும் ஓடிக்கொண்டிருந்தது. பாடல்கள் வரும்போதெல்லாம் வெளிச்சங்கள் மாறி மாறி ரூம் நிலைப்படியின் மீது விழுந்து கண்கள் கூசியது.

என்பக்கத்தில் மும்தாஜ் வந்து அமர்ந்திருந்தாள். எனக்குத் தெரியவில்லை. அவள் பாவாடை சட்டை போட்டுக்கொண்டு

வந்திருக்கிறாள். அவள் இருப்பதே தெரியவில்லை. ஏதோ ஒரு கணத்தில், யாரோ புதிதாக இருப்பதை உணர முடிந்தது. திரும்பிப் பார்த்தபோது நிலைப்படியின் மீது விழுந்த வெளிச்சங்களால் இருண்மையாகத் தெரிந்தது அவளது பிம்பம். அவள் எனக்குப் பின்புறம் ஒட்டி அமர்ந்திருந்தாள். கொஞ்சம் சுரணையை வரவழைத்துப் பார்த்தபோது ஆச்சரியம். பேராச்சர்யம்.

"மும்தாஜே........" என்றேன் வாயகல. அவ்வளவு வெளிச்சங்களும் என்முகத்தில்தான் அப்போது ப்ரகாசித்தது. கை கால்கள் உதறுவது போல உடம்பு பதறியது. எப்படி வந்தாள். எப்படி பக்கத்துவீட்டிற்கு நான் டிவி பார்க்கச் செல்வதுவரை வந்துவிட்டாளென்று நம்பும்படியே இல்லாத தத்தளிப்பு. அப்போதும் மும்தாஜின் முகத்தில் மெலிதான சிரிப்பு மட்டும்தான். அவள் பேசவே இல்லை. அவள் கைகளைப்பற்றிக்கொண்டு அங்கிருந்து கிளம்பிவிட்டேன். எங்கள் வீட்டிற்குச் சென்றோம்.

என்னால் நம்பவே முடியவில்லை. மும்தாஜ் வந்தது கொள்ளை சந்தோசம். கீதாவை, அவள் வீட்டு டிவி ரூமை, ஒளியும் ஒலியும் வெளிச்சங்களை அப்படியே போட்டுவிட்டு, அதெல்லாம் எனக்கு யாரோ என்பது போல விட்டுவிட்டு வந்துவிட்டேன். அப்பாதான் கூட்டிவந்திருக்கிறார். மும்தாஜ் வந்தது சந்தோசம்தான். அவள் வந்தது புதிதாக இருந்ததென்பது அதைவிட உண்மை. அவள் வீட்டில் இரண்டு நாட்கள் தங்கியிருந்தாள். நானும் அவளும் போட்டி போட்டு பழையசோற்றைப் பிசைந்து, கரைத்து உண்டபடி வீட்டில் பழிப்புக் காட்டிக் கொண்டிருந்தோம். வீட்டில் அவள் மீது கூடுதலான கவனிப்பு இருப்பதுபோல இருந்தது. அப்பா அவளிடம் அதிகமாகப் பேசுவது போலிருந்தது. இரண்டு நாட்கள் எனக்குப் பிடிக்கவில்லை. மும்தாஜ் வீட்டிற்கு வந்திருக்கவேண்டிய அவசியமில்லை. ஞாயிற்றுக்கிழமை சாயுங்காலம் அவளை அப்பா அவள் வீட்டிற்கு அழைத்துக்கொண்டு போகக் கிளம்பிக்கொண்டிருந்தார்கள். மும்தாஜ் ஸ்கூட்டரில் ஏறி உட்கார்ந்துகொண்டாள். நான் அவள் முகத்தைப் பார்க்கவில்லை. அம்மா கூட அழுத்தமாகச் சொன்னாள்.

"போய்ட்டு வா"ன்னு சொல்லு...

நான் திரும்பவில்லை. அவளைப் பார்ப்பதற்கு நான் தயாராகயில்லை. அப்பா ஸ்கூட்டரை செலுத்திக்கொண்டு போனார். மும்தாஜ் என்னைத் திரும்பிப் பார்த்திருப்பாள். அப்போதும் அவள் முகத்தில் கலையாத ஒரு சிரிப்பு இருந்திருக்கும். எப்போதும் அவள் முகத்தில் நிரந்தரமானது அந்த ஒரு சிரிப்புதான். ரோஜாப் பூ விரிந்திருப்பது போல.

* * *

சிவப்பும் மஞ்சளுமான கலவை மலர்கள்

அம்மா அந்த ஹோட்டலின் பெயரை சரியாகத்தான் உச்சரித்தாள். எனக்குத்தான் சந்தேகம். அந்தப் பகுதியில் பிரபலமான பெயரைத் தாங்கியபடி பகலிலும் வண்ணமயமாகக் காட்சியளித்துக் கொண்டிருந்தது டிஜிட்டல் போர்டு. கார்களுக்குக் கதவைத் திறந்துவிடும் செக்யூரிட்டியைப் பார்த்தால் முகம் கொடுப்பானா என்றே தெரியவில்லை. பத்துமணி வெயில் உச்சியில் ஏறத் தொடங்கியிருந்தது. கேட் திறந்தேயிருக்க அம்மாவும் நானும் எதேச்சையாக நுழைந்து, உள்ளே ஒரு மரத்தடி நிழலில் ஒதுங்கி நின்றுகொண்டோம். எங்களுக்குப் பின்னாலேயே ஒரு கார் பின்தொடர்ந்து வந்து எதிர்ப்புற பார்க்கிங்கில் போய் நின்றது.

செக்யூரிட்டியிடம் விசாரித்தபோது முதலாவது தளமென்றார். ரிஷப்சனில் கேட்டபோது அவர் காட்டிய வெயிட்டிங் பகுதியில் சென்று அமர்ந்தோம். ஒவ்வொருவராக அழைப்பார்களென்றார் ரிஷப்னிஸ்ட். டென்ஷன் தான். நேரத்திற்கு வந்தால் கூட க்யூவில்தான் தொடரவேண்டியிருக்கிறது.

இங்கு வசதியாக அமர்ந்துகொள்ள சோஃபா செட் இருக்கைள் போடப்பட்டிருந்தன. டீபாயில் அன்றைய தினசரிகள். இரண்டு மூன்று வெரைட்டிகளிருக்கும். அவரவருக்குப் பிடித்த பேப்பரை எடுத்துக்கொள்ளலாமென்று ஹாயாகக் கிடந்தன.

ஏதாவதொன்றைப் புரட்டலாமென்பதற்குள் அங்கிருந்தவர்களில் சிலர் அதற்குள் தங்கள் விருப்பங்களை தேர்வு செய்துவிட்டிருந்தார்கள். அம்மாவும் அந்த வகையில் என்னை முந்திக்கொண்டுவிட்டாள். இரண்டு கைகளிலும் விரித்தபடி அவள் படித்துக்கொண்டிருந்த செய்திகளைவிட எனக்கு தினபலன் பார்க்கவேண்டும். அவள் உடனே நான் எட்டிப் பார்ப்பதற்காகவெல்லாம் தருபவளைப் போலல்லாமல் இறுக்கமாகப் பிடித்துக்கொண்டிருப்பவளைப் போல முகமாகயிருந்தாள்.

அங்கிருந்த மற்றவர்களை வேடிக்கை பார்க்கலாமென்றால் வரிசை ஒழுங்கில்லாமல் அங்கொன்றும் இங்கொன்றுமாக அமர்ந்திருந்ததில் என் வயதையொத்த ஒருவனை பார்க்கக் கிடைத்துவிட்டது. அவன் செல்ஃபோனில் கேம் விளையாடிக்கொண்டிருக்க வேண்டும். கண்கள் அவன் பக்கம் போவதைத் தடுக்க முடியவில்லை. பவர் க்ளாஸ் அணிந்திருந்தான். கேஷூவல் ட்ரெஸ். விருப்பமில்லாமல் பெற்றோர்கள் வற்புறுத்தலின் பேரில் வந்திருக்க வேண்டும். அவன் இப்போதைக்கு என்னைக் கவனிப்பது போல் தெரியவில்லை. எல்லோரும் வயதானவர்கள். எல்லோர் முகத்திலும் பாந்தமான அமைதியும், காத்திருப்பும் ஒருசேர அப்பிக்கொண்டதைப்போல, அவரவர் பெயர்களை அழைக்கும் வரை பொறுத்துக்கொண்டிருந்தார்கள்.

எழுந்து வராண்டாவில் நடக்கலாமென்றிருந்தது. ரிஷப்சன் முகப்புக் கண்ணாடி வழியாகப் பார்த்தால் முன்புறம் வரிசையாக அடுக்கி வைக்கப்பட்ட தொட்டிச்செடிகள். ஒரேயொரு செடி மட்டும் மிக உயரமாக சிவப்பும் மஞ்சளுமான கலவை மலர்களை வாய்பிளக்கத் தொங்கப்போட்டுக்கொண்டு நின்றுகொண்டிருந்தது. அது தொட்டிக்குள் இருப்பது ஆச்சரியமாகயிருந்தது. மனித முகங்களைத் தவிர்த்து சில முறைகள் அந்தச் செடியைத் திரும்பத் திரும்பப் பார்க்கத்

தூண்டியது. அதன் உயரம்தான் மேலும் மேலும் கூடுவது போலிருந்தது.

அம்மாவிடமிருந்து நியூஸ்பேப்பரை வாங்கினேன். தினபலனை படிக்கத் தொடங்கிவிட்டேன். டென்ஷனைப் போல சுருங்கியிருந்தது. இதைப் படிக்கத்தான் இவ்வளவு ஆர்வமா?! ஒருபுறம் என்னை நானே நொந்துகொண்டாலும் அந்த நான்கைந்து வரிகள் தேவலாமென்ற உணர்வைத் தருவது, நியூஸ்பேப்பரைப் படித்துக்கொண்டே காபி குடிப்பது போல. ஒரு கணம் அந்த இளவட்டம் திரும்பிப் பார்த்தது போன்ற உணர்வு. அவனை மீண்டும் பார்க்கவேண்டும். நான் தவிர்க்கமுடியாமல் பார்ப்பதை என்னெதிரில் அமர்ந்திருப்பவர்களில் வயதான பெண்ணொருத்தி கவனித்துவிட்டாள். அவளைச் சமாளிக்கவேண்டுமென்று உடனே நியூஸ்பேப்பரில் என் முழுக்கவனத்தையும் செலுத்தி புரட்டத் தொடங்கினேன்.

எந்த செய்திகளும் என் மண்டையில் ஏறாமலிருப்பது வினோதமில்லை. மூளைக்கும் மனதிற்குமிடையே காலியாக எதையோ ஒன்றை வைத்துக் குலுக்குவது போலிருந்தது.

அந்தப் பையன் சில நிமிடங்களுக்குப் பிறகு, அந்த வயதானவரிடம் வந்து கிசுகிசுத்துவிட்டுச் சென்றதும்தான் புரிந்தது. அந்த வயதான அம்மா நான் சைட் அடித்துக் கொண்டிருந்தவனின் அம்மா.

பையனுக்கு அப்படியொன்றும் முற்றிய வயதாகத் தெரியவில்லை. இருபத்தைந்து அல்லது அதற்கு மேலிருக்கலாம். அவன் மீண்டும் விளையாடுவதிலேயே குறியாகயிருந்தான். எங்களுக்கும் பின்னால் வந்தவர்கள் மாடியேறிப்போவது தெரிந்தது. ஒரு சலனம். ஏதோ ஏமாற்றுவேலை போலத் தோன்ற அவர்கள் பேசிக்கொண்டது காதுகளில் விழுந்தது. முன்னமே பதிவு செய்துவிட்டு வெளியில் சென்றிருந்தார்களாம்.

டோக்கன்படி அவர்கள் எங்களுக்கு முன்பே பதிவானவர்கள். அம்மாவைக் கவனித்தேன். அவளிடம் பணக்காரப் பெண் ஒருவரின் சாயலும் உட்கார்ந்திருக்கிறபோது அந்தச் சாயலை வெளிப்படுத்தும் மனோபாவமுமாகப் பாவமாகத் தோன்றியது. இந்த இடத்திற்கெல்லாம் எதற்கு வரவேண்டும். எங்களைச் சுற்றி

அமர்ந்திருப்பவர்கள் எல்லோரும் மேல்த்தட்டு வர்க்கத்தைபோலத் தோற்றமளித்துக்கொண்டிருந்தார்கள்.

எங்கள் பெயரை இரண்டு டோக்கன்கள் போன பிறகு அழைத்தார்கள். அம்மாவும் நானும் கீழே குறிப்பிட்டுச் சொன்ன தளத்திற்கு வந்து சேர்ந்தோம். அங்கும் வரிசையாக ப்ளாஸ்டிக் சேர்களை உட்கார வைத்திருந்தார்கள். நாம் அவற்றின் மடிகளில் போய் உட்கார மனந்தளராமல் சமாதானமாகிக்கொள்ள வேண்டும். உரிய இடத்திற்கு வெளியேதான் காத்துக் கொண்டிருக்கிறோம். தாமதமாகாதென்று தேற்றிக்கொண்டே, அரைமணி நேரத்தை வெறுமனே உட்கார்ந்து தேய்ப்பது போல வெறுமை சூழ்ந்து திரண்டது. மணி பதினொன்றறைக்கு மேலாகிவிட்டிருந்தது. எனக்கொரு சந்தேகம். சாப்பிட்டுவிட்டு மதியம் வாருங்களென்று அறிவிப்பு வந்துவிடுமோ?

எங்களுக்குப் பக்கத்தில் அமர்ந்திருந்தவர்கள் மொத்தமாக ஒரே குடும்பமாகத் தெரிந்தார்கள். அவர்கள் பெண்ணுக்கு மாப்பிள்ளை தேடிக்கொண்டிருக்கிறார்களென அவர்கள் பேசுவதிலிருந்து தெரிந்துகொள்ள முடிந்தது. பெண் டாக்டருக்குப் படித்திருக்கிறது. பெண் வரவில்லை. அவர்களில் ஒரு பெண் உட்காரப் பொறுக்காமல் எழுந்து நின்று அவர்கள் குடும்ப உறுப்பினர்களோடு பேசுவதும் விவாதிப்பதும், சிரிப்பதுமாகயிருந்தார். சுடிதார் அணிந்திருந்தார். வயது எப்படியும் நாற்பதுக்கு மேலிருக்கும். “இதுக்கு முன்ன வந்திருக்கீங்களா...” கைகளைப் பின்புறமாகக் கட்டியபடி சுவரில் சாய்ந்து நின்றபடி பார்த்தாள். “இல்லை”யென்றேன் சினேகமாக.

அறைக்கதவைத் திறந்துகொண்டு வந்தவர் ஸ்மார்ட்டாக இருந்தார். அந்த இடத்திற்குப் பொருத்தமில்லாதது போன்ற தோற்றம். புன்முறுவலோடு எல்லோரையும் எதிர்கொண்டு கையில் வைத்திருந்த குறிப்பேட்டில் எங்கள் பெயர்களை உறுதி செய்துகொண்டார். அடுத்தது நாங்கள்தானென்று ஆசுவாசப்படுத்திவிட்டு ஒரு புன்னகையோடு மீண்டும் அறைக்குள் நுழைந்துகொண்டார். அந்தப் புன்னகை ஒரு க்ளூவாகப்பட்டது.

எழுந்து சுற்றிப்பார்க்கலாமென்று தோன்றியது. அந்தத் தளத்தில் யாருமேயில்லை. வராண்டாக்கள் நீள நீளமாகயிருந்தன.

தளத்தைத் துடைப்பவர்களோ, அங்கு வேலை செய்பவர்களெனும் அடையாளத்திலோ ஒருவரும் தென்படவில்லை. சுத்தமாக காலிசெய்யப்பட்ட பரப்பை எதிர்நோக்கவேண்டியிருந்தது.

பத்து நிமிடங்கள் அப்படியே வராண்டாவில் சில அடிகள் நடந்து திரும்புவதாகயிருந்தபோது வராண்டவின் முடிவுவரை சென்று பார்க்கலாமென்று தோன்றியது. நடக்க ஆரம்பித்த சில அடிகளிலேயே அழைப்பு. என் பெயர்தான்.

அம்மாவும் நானும் அறைக்குள் நுழைந்தோம். டேபிளுக்கு முன் போடப்பட்ட இருக்கைகளில் அமர்ந்தோம். யாரும் எங்களெதிரில் இருக்கவில்லை. எதிர் இருக்கைக்குப் பக்கவாட்டில் உள்ளே போனால் ஓர் அறையிருக்கிறது. ஒருவர் முகத்தை ஒருவர் பார்த்துக்கொண்டிருந்தபோது கருத்த, உயரமான, பருமனற்ற ஒருவர் இடுப்பில் வேட்டியை மடித்து செருகிக்கொண்டே வந்தார். அவர் முகத்தில் சாட்டையைச் சுழற்றுவது போல ஓர் இறுக்கம்.

தனது இருக்கையில் அமர்ந்தபடியே, அவரது டேபிளில் அவர் பக்கமாகத் திரும்பியிருந்த கம்ப்யூட்டரைத் தட்டி எதையோ தீவிரமாகப் பார்ப்பதும், ஒரு தாளில் குறிப்புகள் எழுதுவதுமாகயிருந்தார். மீண்டும் ஒருவரையொருவர் நாங்கள் பார்த்துக்கொண்டோம். இந்தமுறை அந்தப் பார்வையில் நாங்களிருவரும் எதற்காக இங்கு வந்திருக்கிறோமென்றிருந்தது.

குரலைக் கனைத்தபடி “சொல்லுங்க” என்றார்.

அம்மாதான் ஆரம்பித்தாள்.

“கல்யாணத்துக்குப் பாக்க வந்துருக்கோம். ஜாதகம்...” கட்டைப்பையிலிருந்து நோட்டைத் தடவி எடுத்துக்கொடுப்பதற்குள் “அதல்லாம் வேண்டாம். டேட் ஆஃப் பர்த் சொல்லுங்க.” பேசும்போது எங்கள் முகத்தைப் பார்க்கவில்லை. அம்மா தடுமாறினாள். எனக்கும் கூட என்ன சொல்வதென்று ஊர்ஜிதமாவதற்குள், “கல்யாணமாகி அது ஒண்ணுமில்லாமப் போச்சு. இப்ப அடுத்துக் கல்யாணத்துக்குக் கேட்க வந்துருக்கு சார். அப்டியே வேலைக்கும் பாக்கணும்.”

“ஹ்ம்ம். மொதல்ல என்ன நடந்துச்சு? ஏன் ப்ரச்சன?”

திடுக்கிடும்படியான இந்த எதிர்விளைவை நான் எதிர்பார்க்கவேயில்லை. ப்ரச்சன என்னனு தெரிஞ்சா இவர் சரிபண்ணிடுவாரா? ப்ரச்சனையே அந்தக் கல்யாணந்தான். ஆக்ஸிடென்ட்டலா நடந்த ஒரு விஷயம்னு சொன்னாக்கூட இவருக்குப் புரியப்போறதில்ல மனதிற்குள் பொருமிக்கொண்டிருந்தேன். அதற்குள் அம்மா தட்டுத்தடுமாறி நடந்தவற்றை ஓரிரு வரிகளால் விளக்க முற்படுவது ஓடிக்கோண்டிருந்தது.

ஜோதிடர் என்னைப் பார்ப்பது ஏதோ குற்றவாளியைப் பார்ப்பதுபோலிருந்தது. கோபம் பொத்துக்கொண்டு ஒருகணம் சிதறுவதை உணர்ந்து பொறுமையாக அமர்ந்திருந்தேன்.

இவர் ஜோதிடரா, இல்ல இன்வெஸ்டிக்கேட் பண்றவரா.

அதிகபட்சம் பத்து நிமிடங்களுக்குள் நாங்கள் வந்த வேலையும் அவர் உள் அறையிலிருந்து வெளிப்பட்டு வந்த வேலையும் முடிந்தது. ஒரு ஜெராக்ஸ் காப்பியில் சில திருத்தங்களைச் செய்து தேதிகளைக் குறிப்பிட்டு, “இந்தப் பரிகாரம்லாம் செய்ங்க மொதல்ல வேல கெடைக்கட்டும் ஆறுமாசம் வேல பாக்கட்டும். அப்றம் கல்யாணம் நடக்கும்.” ஒரே வீச்சுதான். மறு வீச்சில் அவர் கண்கள் முழுக்க கம்ப்யூட்டரில் பதிவாகத் தொடங்கிவிட்டது. கடமைக்கு ஒரு ‘தேங்க்ஸ் சார்’ என்பதைக் கூட சொல்லலாமா வேண்டாமா? அதோகதியாக அறையைவிட்டு வெளியேறினோம். அம்மாவும் நானும் ஒருவரையொருவர் பார்த்துக்கொள்வது இப்பொழுதும் தொடர்கிறது.

அறைக்கு வெளியில் ஏற்கனவே காத்திருந்த இருக்கைகள், எங்களுக்காகவே மீண்டும் காத்திருப்பதைப் போல, அகலமாக கைகளைவிரித்து அணைத்துக்கொள்வதைப்போல அழைத்தன. வெள்ளை இருக்கைகள். அழுக்குகள் படியாமல், தூசுகளில்லாமல் பளபளப்பாகயிருந்தன. வேலையில் சுத்தம் என்பார்களே அது போல. பக்கத்து இருக்கைகளிலிருந்தவர்கள் அறைக்குள் சென்று, சரியாக அதே பத்து நிமிடங்கள் கழித்து வெளியே வந்தார்கள். அவர்கள் ஆளுக்கொருவராகப் பேசியபடி கமெண்ட் அடித்துக்கொண்டு வருவது தெரிந்தது. அவர்களுக்கான

இருக்கைகளும் அப்படியேயிருந்தன. வந்தமர்ந்தவர்கள் அவர்களுக்குள் தீவிரமாக விவாதிப்பதும் ரகசியக் கூட்டமாக நிற்கவும் உட்காரவுமாகயிருந்தார்கள். அதிலிருந்த ஒரு பெண்மணி முன்பு கேள்விகேட்டவரேதான், "இதுலலாம் நம்பிக்கையிருக்கா..." என்றார்.

"இருக்கு" என்றேன். சினேகமாகப் புன்னகைப்பதை தவிர்க்கமுடியவில்லை.

அறையிலிருந்து ஸ்மார்ட் மனிதர் வெளிப்பட்டு எங்களைத் தனியாக அழைத்துக்கொண்டு போனார். வராண்டாவின் ஒரு தூண் மறைவிற்குப் பின்னால் நின்றுகொண்டிருந்தோம். அவர் கையில் வைத்திருந்த குறிப்பேட்டில் எங்கள் பெயர்களை டிக் செய்துவிட்டு ஜோதிடர் கொடுத்த காப்பியை வாங்கிப் பார்த்துவிட்டு, "இந்தந்த கோயிலுக்கெல்லாம் போயிருங்க. சார் சொன்ன மாதிரி சொன்ன தேதில தான் போகணும். அப்டி போகமுடியலனா மறுபடியும் இந்த நம்பருக்கு ஃபோன் பண்ணி அடுத்த டேட்ஸ் வாங்கிக்கங்க. அப்றம் அந்த சரஸ்வதி கோயில்ல சார் பேர சொல்லுங்க. அவங்களுக்கு தெரியும் நாங்க கொடுத்த பரிகார விவரம். எப்டி பண்றது எவ்ளோ செலவாகும்னு சொல்லுவாரு" முறுவல் மாறாத முகமாக எங்களை வழியனுப்பிவைத்தார். அவர் காட்டும் வழி நேரே சொர்க்கத்தில் போய் முடிவது போல ஒரு நன்னம்பிக்கை. எங்களுக்கில்லை. குறிப்பேட்டோடு உள்ளும் புறமுமாகச் சுற்றிக்கொண்டிருந்தவருக்கு.

* * *

அம்பிகாவர்ஷினி | 37

தப்பிதம்

மாட்டுத்தாவணி பேருந்து தயாராக நின்றுகொண்டிருந்தது. போத்தீஸ் பேக்கில் கனம். கையில் வலுவில்லை. இருந்தாலும் நான்தான் தூக்கிக்கொண்டு போகவேண்டும். பேருந்தின் பின்பக்க படிக்கட்டுகளில் நின்று கொண்டிருந்த நடத்துநர், எனது வரவை அறிந்துகொண்டுவிட்டார். கையில் விசிலெடுத்தபடி 'வாப்பா' என்பது போலத் தலையசைத்தார். ஆறுதலாகயிருந்தது. அன்பு செய்ய மனிதர்கள் இருக்கிறார்கள். நான் நினைத்த காரியம் சரியாக முடிந்துவிடும். என் பயணம் நல்ல அறிகுறியோடு தொடங்கிவிட்டதாக நம்பினேன். மெதுவாக ஊர்ந்துகொண்டிருந்த பேருந்து நின்றது. நடத்துநர் இறங்கிக் கொண்டார். நான் ஏறிக்கொண்டேன்.

பசிதான் இந்த வாழ்வின் நெடிய துக்கமாயிருக்க வேண்டும். பசிக்கத் தொடங்கிவிட்டிருந்தது கூடத் தெரியவில்லை. மாட்டுத்தாவணியில் இறங்கி திருச்சிக்குப் போகும் ஒன் ட்டூ ஒன் பேருந்தைப் பிடித்து ஏறினேன். அது சுலபமாக பேருந்து நிலையத்திலிருந்து அகலத் தொடங்கியது. என்னருகில் யார் உட்கார்ந்திருக்கிறார் என்பதெல்லாம் புரியவேயில்லை. பசி வாட்டத் தொடங்கியது விளங்கியதும், ஜன்னலோரத்தில்

உட்கார்ந்திருந்தவள், குறுக்காகப் போடப்பட்ட கம்பிகளின் மீது தலையை வைத்து சாய்த்துக்கொண்டேன். பேருந்து தடதடக்கிற போதெல்லாம் கம்பிகளில் தலை டுமுடுமுவென்று முட்டும். இதமாகயிருக்கும். சில நேரங்களில் பேருந்தில் பயணிக்கும் போது தொலைதூரமாகயிருந்தால் ஏதாவதொரு கணத்தில் தலைவலியோ அழுத்தமோ ஏற்பட வாய்ப்புண்டு. அப்போதும் இதே வைத்தியம்தான். பயணத்தைத் தொடங்குவதற்கு முன்பாகவே எங்கு போகிறோம். யார் வீட்டிற்குப் போகப் போகிறோம் என்பதைக் குறித்துக்கொண்டுதான் ஏறியிருந்தேன். இந்தப் பசி யாருக்காக? எதற்காக? என்னைக் கொல்வதைப் போல அழுகையை வரவழைக்கிறது?

பேருந்தின் முகப்புக் கண்ணாடியை எதேச்சையாகப் பார்த்தபோதுதான் தெரிந்தது. ஸ்டிக்கர் சாமி படங்கள். ஒன்று பெருமாள். இதே பெருமாள் ஸ்டிக்கர், வீட்டில் முதன் முதலாக வாங்கிய பீரோவில் ஒட்டப்பட்டிருக்கும். கொஞ்சம் தள்ளி வேளாங்கண்ணி. பிறை போன்ற படகில் குழந்தை யேசுவைத் தூக்கிக்கொண்டு சிரிக்கிறது. இடைவெளிகள் விட்டுப் பார்த்தால் சாய்பாபா ஸ்டிக்கர். ஆச்சரியம் பொங்கி வழிந்தது. சமீபத்தில்தான் பாபாவைப் பின்பற்றத் தொடங்கியிருந்தேன்.

எங்கள் வீடிருக்கும் ஊருக்குச் சுற்றுவட்டாரத்தில் சமயநல்லூர் பிரிவு வழியாக தேனூரையடுத்து, திருவேடகம் போகும் வழியில் ஒரு பாபா கோவில் இருக்கிறது. கோயில் வாசலில் ஒரு பெண் பூக்கடை போட்டிருப்பாள். அவளிடம் மலர்ந்த ஈரமுடைய பூக்களை, பூச்சரங்களை பார்த்துவிடவே முடியாது. ஒவ்வொரு முறை கோவிலுக்குப் போகும் போதும் இருபது ரூபாய்க்கு செவ்வந்தி மலர்ச்சரத்தைக் கொடுக்கும்படி கேட்பேன். அவள் தயங்காமல் முழம் போடாமலே வெட்டிக் கொடுப்பாள். ஒவ்வொரு கண்ணியிலும் வாடலிருக்கும். அலுப்புதான் மிஞ்சும். இதுவும் கிடைக்காவிட்டால் கோவிலுக்குச் சென்றுவிட்டு திரும்புவதில் நிறைவிருக்காது. அவளின் பூக்கடைக்கு எதிர்த்து சின்னதாக பெட்டிக்கடையொன்று திறந்திருக்கும். பூக்கடையைக் கூட சில தரிசனங்களில் கண்டுவிட முடியாது. பெட்டிக்கடை அந்த கோவிலுக்கு நிரந்தர அடையாளம். சாய்பாபா வழிபாட்டில் முக்கியமாக பிஸ்கட் பாக்கெட்டுகளையும்,

கடலைமிட்டாய் பாக்கெட்டுகளையும் நைவேத்யமாக இங்கு வாங்கிக் கொடுக்கலாம் அல்லது கொடுக்க வேண்டுமென்று பாபா கோவிலுக்குத் தொடர்ந்து செல்வதிலிருந்துதான் தெரிந்துகொள்ள முடிந்தது. வயதானவர் ஒருவர்தான் கடையை நடத்திக்கொண்டிருப்பார். எனக்கென்னவோ வழிபாடென்றால் மலர்களைத்தான் விருப்பமாகச் கொண்டு செல்லவேண்டுமென்று உறுதியான மனநிலை. ஒருமுறை தம்பி பெண்ணை அழைத்துக்கொண்டு சென்றிருந்தபோது, அந்தப் பெட்டிக் கடையில் ஒரு பிரிட்டானியா பிஸ்கெட் பாக்கெட்டை வாங்கிக் கொடுத்துவிட்டு, வழிபாட்டை முடித்துவிட்டு, வீட்டிற்கு அழைத்துக்கொண்டு வந்தேன். கோவிலுக்குள் பாபாவின் முன் அமர்ந்து சில மணித்துளிகளாவது மௌனிக்க வேண்டும். பிறகு எழுந்து ஒரு சுற்றாவது சுற்றி வர வேண்டும். சுற்றி வரும்போது பாபாவிற்குக் கொண்டு செல்லும் பண்டங்களை ஒரு தாம்பாளத்தட்டில் வைத்துவிட்டு, அதற்கு நேரெதிரில் அவரது பாதங்களைப் பொருத்தியிருக்கிற இடத்தில் தலை வைத்து வணங்கிக் கொள்ள அல்லது கைகளால் தொட்டு வணங்க ஏதுவாகயிருக்கும். துளைகள் போடப்பட்ட இடுப்புயர ஸ்டீல் ஸ்டேண்ட்களில் ப்ரசாத சாம்பலை நிரப்பி வைத்திருப்பார்கள். விரல் நுழைகிற துளைகள் வழியாக சாம்பலைக் கிள்ளி எடுப்பது போலிருக்கும். நான் தேடிவருகிற அமைதி அந்தச் சாம்பலில் மட்டும்தான் மிஞ்சும்.

இரவு பனி காயத் தொடங்கியிருந்தது. மூன்று ஸ்டிக்கர்களும் எனக்கு முன்னாலேயே பயணிக்கத் தொடங்கிவிட்டதாக நம்பினேன். சிரிப்பு மழுப்பிக்கொண்டு வந்தது. நல்ல கூட்டணிதான்.

பசித்து இறப்பதென்றால் இப்போதே இறந்துவிடலாம். கபகபவென்ற நெருப்பு நெஞ்சுவரை அனலடித்தது. தொண்டைக்குழி வறண்டு போக, வழியில் எங்காவது பேருந்து நிற்காதா, ஏதாவது விற்றுக்கொண்டு வந்தால் கூட வாங்கிவிடலாமேயென்கிற ஜீவன் தீர்ந்துகொண்டிருந்தது. வீறிட்டு அழத் தோன்றியது. கண்ணீரைக் கண்கள் பூராவும் நிரப்பிக் கொள்ளவேண்டும். எனக்கு ஏன் இந்த தண்டனை. அம்மாவை நினைத்துக்கொள்ளத் தோன்றியது. வெறுப்பு முந்தியது. வீட்டில்

மதியம் தயிர்சாதம் சாப்பிட்டது எங்கு கரைந்து போனதோ தெரியவில்லை. வயிற்றுக் குடைச்சல் தாங்கவேயில்லை. வயிற்றில் மடிப்புகள் விழப் பேருந்து குலுங்குவது போலிருந்தது.

பசி ருசியறியாது என்பார்கள். வாழ்வின் ருசியையும் அறியாது. பேருந்து ஏதோ ஒரு நிறுத்தத்தில் நிற்க, வேர்க்கடலை விற்றுக்கொண்டிருப்பவர் "பத்ருவா.. பத்ருவா.." என்று ஜன்னலோரத்தில் வெறித்துக்கொண்டிருந்தவளை கொஞ்சம் ஆசுவாசப்படுத்தி இயல்புநிலைக்குக் கொண்டுவந்தார். ஒரு வேர்க்கடலை பொட்டலம் வாங்கிச் சாப்பிட ஆரம்பித்தேன். கண்களிலிருந்து கண்ணீர் எப்போது வடிந்ததென்றே தெரியவில்லை. அதன் விழுதுகள் உறைய ஆரம்பித்துத் தடங்களற்றுப் போய்க்கொண்டிருந்தன. தலைக்கு ஏதோ வலியைக் கொடுத்துக்கொண்டிருந்தது அப்படியே மறைந்து கொஞ்சம் கொஞ்சமாக அகலத் தொடங்கியது. வயிற்றில் இருப்பு இருக்கிறது. கடலைகளை மென்று விழுங்கத் துவங்கினேன். உடலின் பலம் கூட ஜன்னலோர இருக்கையிலிருப்பது புலப்பட்டது. கடலைகள் தீரத்தீர பொட்டலத்தை விரித்தேன். பொட்டலத்தின் கடைசி வேர்க்கடலைகளை கையில் கொட்டிவிட்டு நைந்து போன பேப்பரை ஜன்னல் வழியே எறிந்தேன். காற்று படபடத்து வீசுவது போலிருந்தது. பக்கத்தில் உட்கார்ந்திருந்த பெண்மணி யாரிடமோ செல்ஃபோனில் பேசிக்கொண்டிருந்தாள். அவளைப் பார்த்து சினேகமாக முகத்தை வைத்துவிட்டுத் திரும்பினேன். அவள் என்னைப் பார்க்கவில்லை. அவள் குரலில் பதற்றம் மிகுந்திருந்தது.

ஓடும்போது ஓடிக்கொண்டேயிருக்க வேண்டும். திரும்பிப் பார்க்காமல் ஓடிக்கொண்டேயிருக்கப் பழகிக்கொள்ள வேண்டும். ஓடி முடித்துத் திரும்புகிறபோது பிறகு நமக்கான மனிதர்கள் கூட நிற்பார்கள். ஓட்டம் நமக்கானதாக இல்லாமலிருக்கலாம். அலைபேசியில் பேசி வைத்துவிட்டு மீண்டும் பதற்றமானாள். அவளே மீண்டும் அழைத்து எதிர்முனையிலிருக்கும் குரலிடம் ஆராய்ச்சியினை ஓட விட்டாள். துப்புத் துலக்கினாள். அனேகமாக அவளது கணவனாகயிருக்க வேண்டும். கணவன் குடிகாரனாக இருக்கலாம். அவன் எதையோ தொலைத்துவிட்டான். இவள் அதைத் தேடிக்கொண்டுவர முயற்சித்துக் கொண்டிருந்தாள்.

நிறைய கேள்விகள் கேட்டபடியிருந்தாள். பதற்றம் மிகுந்த பதற்றம். எதிர்முனையிலிருப்பவர் என்ன தொலைத்தாரோ? இவளின் உட்கார்தல் அடங்கியது போலில்லை.

கடலைகளைச் சுவைத்தபடியே சுவாரசியமாக இருந்தது. பசிதான். அது அடங்குவது தெரிந்ததும் தலையிலிருக்கிற பாரம் குறைவது போல, வயிறு நிறைவது போல, முழுமையடைந்த மனிதனைப் போல உணர்வு. வாய் கொள்ளவில்லை. அருகிலிருப்பவளிடம் “ஏதாவது ப்ரச்சனையா” என்றேன். அவள் நான் கேட்கவேண்டுமெனக் காத்திருந்தது போலவே, கூடுதலாக பரவசத்துடன் விவரிக்கத் தொடங்கினாள்.

நான்கு பிள்ளைகள். ஒன்று ஆண். மற்ற மூன்றும் பெண்கள். பெரிய பெண்ணைத் திருமணம் செய்துகொடுத்திருக்கும் ஊருக்குத்தான் போகிறாள். இவளுக்கு அடுத்த தங்கைக்குத்தான் ப்ரச்சனை. திருப்பூரில் பனியன் கம்பெனி ஒன்றில், ஹாஸ்டலில் தங்கி வேலைபார்த்துக் கொண்டிருப்பதாகச் சொன்னாள். மொபைலைத் தொலைத்துவிட்டாளாம். அதற்குத்தான் இவ்வளவு அக்கப்போர். அவள் அம்மாவாக அவ்வளவு கனிவாகப் பேசுகிறாள். கணவன் ஏதோ வியாபாரம் செய்கிறார்.

“பேச்சிற்குப் பேச்சு இல்லீங்ளா... இல்லீங்ளா...” என்றாள். அவள் முற்போக்குத்தன்மையுடையவள். தொலைந்த மொபைலைப் பற்றி பெரிதாகக் கவலைப்படவில்லை. வேறு வாங்கித் தந்துவிடலாமென்பதில் குறிக்கோளாகயிருந்தாள். மகளைத் திட்டவில்லை. பொறுப்பின்மையைச் சுட்டிக்காட்டவில்லை. சில நேரங்களில் மொபைலை மாற்றி புதிது வாங்குவதற்குக் கூட மகள் பொய் சொல்வதுண்டு. இதுவும் அப்படியொரு சூதாகத்தான் இருக்கவேண்டுமென்றாள். மகள் பேசும்போது பதற்றம் தெரியவில்லையென்பது அந்த அன்னையின் கணிப்பாகயிருந்தது.

எந்த நேரத்திலும் அவள் இறங்கிவிடலாம். எங்கு இறங்கப் போகிறாளென்று இதுவரை என்னிடம் சொல்லவில்லை. எனக்கும் கேட்கத் தோன்றவில்லை. என் கையில் அவள் பேசப்பேச ஒரு கடலையை உருட்டிக்கொண்டேயிருந்தேன். பேசும்போது அதைச் சாப்பிடுவது இடையூறாகத் தோன்றுமென்று இருத்தி

வைத்துக்கொண்டிருந்தேன். அவள் பேச்சு சுவாரசியம்தான் என்றாலும் ஆறுதலாக நிறைந்துகொண்டே வந்தாள். அவள் ஏதோ சொல்ல வருகிறாள். ஒரு வீட்டில் எல்லாப் பிள்ளைகளும் ஒரே போல் இருப்பதில்லையென்றாள். என்னை ஒருமுறை நினைத்துக்கொண்டேன். வீட்டைத் திரும்பிப் பார்த்துக்கொண்டேன். அவள் நிறுத்தம் வந்ததும் இறங்கிப்போனாள். விடைபெறுகிறபோது பார்த்தாள். வேகவேகமாக பேருந்தின் முன்வாசல் வழியாக இறங்கிப் போனாள். அங்கிருந்து வேறொரு பேருந்து பிடிக்க வேண்டுமென்றாள். நடந்துபோகிறவள் ஒருமுறை திரும்பிப் பார்க்கவேண்டும் போலிருந்தது. அவள் போகிற வழியையே பார்த்துக்கொண்டிருந்தேன். எங்கு முடிகிறாளென்று, எங்கு அடுத்த பேருந்து ஏறப்போகிறாளென்று. ஒரு கணம் கூட அவளுக்கு என் பக்கத்திலமர்ந்த உணர்வில்லை. உறவில்லை. என்கையில் வைத்திருந்த கடலையைத் தூக்கியெறியத் தோன்றியது. கடலை என்ன செய்தது. ஆடையில் ஒரு ஓரமாகத் துடைத்துவிட்டு வாய்க்குள் போட்டேன். உப்பில் ஊறியதாக இறங்கியது விரல்களின் அழுக்கு.

ஒரு கட்டத்திலிருந்து வாழ்க்கை நான் யாரென்பதை எனக்குப் புரியவைக்கத் தொடங்கிவிட்டது. எல்லோருக்கும் அப்படித்தான். எனக்கு கொஞ்சம் தாமதமாக. பேருந்திலிருந்து இறங்கிவிட்டேன். பேருந்து நிலையம் வரை போகாமல் அதற்கு முன் உள்ள ஸ்டாப்பைக் குறித்துச் சொல்லியிருந்தாள் ரேவதி. ரேவதி வீட்டிற்குத்தான் போகிறேன். வீட்டிலிருந்து கிளம்பும் போதே பற்றிக் கொள்ள ஒரு கொம்பு வேண்டுமென்று தோன்றியது. நான் போக நினைத்தது இங்கில்லை. ஆனால் ரேவதி வீட்டிற்கு போக நினைத்ததும் திட்டமிட்டதுதான். அவளைப் பார்த்து ஏழுவருடங்களிருக்கும். கடைசியாக அவளை திருமணத்தில் பார்த்தது. காதல் திருமணமென்றாள். வயிற்றைக் கூட ஏதேச்சையாகப் பார்த்தபோது மேடாகத் தெரிந்தது. சந்தேகம்தான். அவள் திருமணத்திற்கு முன்பே கர்ப்பமாகியிருக்கலாம். அவளிடம் கேட்கத் தோன்றவில்லை. உற்ற தோழியாகயிருந்தாலும் அவளாக, அவளது அந்தரங்கத்தைப் பற்றிச் சொல்லாமல் நாம் கேட்க முடியாது. பிடிப்பாகச் சுடிதாரணிந்திருந்தாள்.

இது என்ன இடமென்று தெரியவில்லை. திரும்பிப் பார்த்தால் பாலம். அதற்குக் கீழ் கூடாரங்களிட்டிருப்பது தெரிகிறது. சும்மாயிருக்கத் தோன்றவில்லை. திரும்பதிரும்ப அந்த மக்களை, அவர்களது நாடோடி வாழ்க்கையைப் பார்க்க இயல்பாகத் தோன்றியது. சாப்பிட்ட தட்டைக் கூட, அவர்கள் தூரமாக வந்து கழுவி ஊற்றுவதைப் போல் தெரியவில்லை. அழுக்கு வாடை கிளர்ந்து வருகிறது காற்றில். லேசாக ஒரு பிடித்தம். ஒரு பிடிப்பின்மை. இப்படியே எவ்வளவு நேரம் நிற்பது. நான் இறங்கியபோதே பார்த்தேன். இரண்டு மூன்று ஆட்கள் நிற்குமளவு இடைவெளிவிட்டு பல்சர் நின்றிருந்தது. ஓட்டி வந்தவராகயிருக்கலாம். இடுப்பில் ஒரு கையை வைத்தபடி சீட்டில் இன்னொரு கையை வைத்துக்கொண்டு நிற்கிறார். இன்னொருவர் அவரைச் சந்திக்க வந்தவராகயிருக்கலாம். இருவரும் மாற்றி மாற்றி பார்வையைச் சுழலவிடுகிறார்கள். அவர்களுக்கென்ன உறுத்தல். தனியாக வந்து நிற்கிறேனா.

மொபைலையெடுத்து ரேவதிக்கு அழைத்தேன். அவள் துரிதமாக அட்டென் செய்தாள். அவளுக்கு தலைகால் புரியாத நிலை. நான் பத்திரமாக அவள் வீட்டுக்கு வந்து சேரவேண்டும். அவளுடைய கணவனை அனுப்பி வைப்பதாகச் சொன்னாள். டூ வீலரில் வருவாராம். அவருடைய ஃபோட்டோவை வாட்சப்பில் அனுப்பிவைக்கிறேனென்றாள். அவள் கணவரை ஏற்கனவே பார்த்திருக்கிறேன். திருமணமான புதிதில் இணையாக அனுப்பி வைத்திருந்தாள். எனக்குத் தெரிந்து அவர் முகம் மாறிப்போயிருக்க வாய்ப்பில்லை. இருந்தாலும் தோழி சொல்கிறாள். சரியென்றேன். நிறைய பதற்றப்படுகிறாள். நானும்தான்.

ஏர்போட் போகிற வழியிலிருப்பதாகச் சொன்னாள். அதையே நினைத்தபடி நின்றிருந்தேன். யாரோ பார்ப்பது போலிருக்க, சுற்றிலும் முற்றிலும் நிமிர்ந்து பார்க்கிறேன். நான்கு ரோடுகளும் சந்திக்கிற இடத்தில் ட்ராபிக் போலிஸ் நிற்கும் கூண்டு காலியாகயிருப்பது தெரிகிறது. மிஞ்சுகிறது. இந்த நேரத்தில் எந்த ட்ராபிக்கும் வராது போல. வருவது போலும் தெரியவில்லை. புதிதாகக் கட்டப்பட்ட கூண்டா தெரியவில்லை. நடைமுறைக்கு வராமல் இருக்கலாம். அதற்கும் கூட ஒரு திறப்பு வேண்டாமா?

கையில் பேக்கின் கைப்பிடிகள் அழுந்தியது. கைளை மாற்றிப் பிடித்துக்கொண்டு நிற்கிறேன். சில டூ வீலர்கள் உற்றுப் பார்த்துக்கொண்டே வர, இவராயிருக்குமோ இவராயிருக்குமோயென்று ஏமாந்துபோகிறதுதான் மிச்சம். ஹெல்மெட் போட்டிருந்தார்கள். இதுவொரு அசௌகரியம். நிறுத்தத்தில் இன்னொரு பெண்மணியும் அவரது பையனும் வந்திறங்கினார்கள். எனக்கு இப்போது இறுக்கத்திலிருந்து விடுபட்டது போலிருந்தது. பக்கத்தில் போய் நின்றாலென்ன? அவர்கள் இருக்கிறபோதே இப்படித் தனியாக நிற்பது சுயகௌரவம் கூடுவது. அவர்கள் யாருக்கோ காத்துக்கொண்டு நிற்கிறார்கள். அந்தப் பெண்மணி அலைபேசியில் பேசி இடத்தைக் குறிப்பிடுகிறாள். பையன் போனைப் பிடுங்குவதில் ஆர்வமாகயிருக்கிறான்.

கொஞ்சநேரத்தில் டூ வீலரொன்று வந்து நின்றது. வருபவர் யாரென்று தெரியவில்லை. அவரது முகத்தை உற்றுப் பார்க்கவேண்டியிருக்கிறது. பார்க்க நன்றாகத்தானிருக்கிறார். ஆனால் அவருக்குத் திருமணமாகி ஒரு குழந்தையிருப்பது தெரிகிறது. நிறுத்தத்தில் காத்திருந்த அந்தப் பெண்மணியும் பையனும் வண்டியில் ஏறிக்கொண்டார்கள். பையன் ஏதோ சொல்ல எனக்கு சிரிப்புத் தொற்றிக்கொண்டது. பையனின் தந்தை அவரைப் பார்த்துச் சிரிப்பதாக மலர்ச்சியோடு வண்டியைத் திருப்புகிறார். எனக்கான டூ வீலர் இன்னும் வரவில்லை. இந்த நிறுத்தம் பொல்லாதது காக்கவைத்துக்கொண்டேயிருக்கிறது. ஒரு ப்ரைவேட் பஸ் அதிவேகமாக வந்து நிற்க அது கொடுத்த அதிர்வுகளைத் தவிர இன்னுமான காத்திருப்பிற்கு அச்சப்படுவதற்கு வேறெதுவும் பெரிதாகயிருக்கப்போவதில்லை. பேக் கைகளை மாற்றிக்கொண்டேயிருக்கிறது. ரேவதியின் கணவர் இன்னும் வருகிறாரா?

நான் என்ன செய்ய வேண்டும் இப்போது. நிற்பதா இல்லை காத்திருப்பதா? ஒல்லியான தோற்றத்தில் ஒருவர் நெருங்கி வருவது தெரிகிறது. முகம் சுருங்கியது போலிருக்கிறது. ரேவதியின் கணவர்தான். ஏதோ கேட்டுக்கொண்டே வருவது போலிருந்தது. இல்லை அவர் பேசுவது எனக்குக் கேட்கவில்லை. சன்னமான குரல். "வந்து ரொம்ப நேரமாகிருச்சாப்பா..."

அம்பிகாவர்ஷினி | 45

என்பதைத்தான் வலிந்து கேட்டிருக்கிறார். அவர் உடல் அதற்கு வலுக்கொடுக்கவில்லை. வண்டியிலேற்றிக்கொண்டு கிளம்பினார். ஒன்றிரண்டு முறைகள் ஏதோ கேட்டார். இப்போது எங்கள் டூவீலர் போகிற சாலை வழியை வெகுவாக ரசிப்பதோடு அவளிடம் என்னவாகயிருக்கப் போகிறேன் எப்படி இந்த இரவு கழியுமென்று ஒரு யோசனையுமில்லை. யாரோ என்னை கூட்டிச் செல்கிறார். மடியில் என்னிடம் கனம் வேறு. வண்டிதான் என்னையும் சேர்த்து சுமந்து செல்கிறது.

வண்டி மெயின் ரோடிலிருந்து கிளைவழிச் சாலைக்குப் பிரிந்தது. போகப் போக நெருக்கமாக வீடுகள், கடைகள், வெளிச்சங்கள் ஒன்றுக்கொன்று அடைபட்டிருந்த தொடர் சங்கிலியைப் பார்க்க முடிந்தது. வண்டியை ஏதாவது பேக்கரியில் நிறுத்தும்படி கூறினேன். ஏனென்றார். அவரது தொனி பிடிக்கவில்லை. வற்புறுத்தினேன். அவர் வண்டியை நிறுத்தாமல் நேரே அவர்கள் வீடிருக்கும் பகுதியில் கொண்டு போய் நிறுத்தினார். “அதலாம் ஒண்ணும் வேண்டாம்யா. வாய்யா பாத்துக்குருவோம்.” அவ்வளவுதான் அவர் தொண்டையை விட்டு இறங்கியது. உறுத்தல். எதுவும் பிள்ளைகளுக்கு வாங்கவில்லையென்று. ரேவதிக்கு இரண்டு பிள்ளைகள்.

வாழ்க்கையின் போதனை சுயலாபம் மிக்கது. அது ஒரு அப்பார்ட்மென்ட் குடியிருப்பு. உள்ளே நுழைய பெரிய கேட்டைத் திறக்க வேண்டும். திறந்துதானிருந்தது. கேட்டிற்கு முன்பு மரமுமல்லாத செடியுமல்லாத தாவரங்கள் இருளின் கிளைகளாக விரிந்து இருபுறமும் நின்றுகொண்டிருந்தன. அவற்றில் அசைவுகள் எதுவுமில்லை. சிறு குற்ற உணர்வோடுதான் வண்டிக்குவிடும் சறுக்குப் பாதையில் அடியெடுத்து வைத்தேன். அது என்னவோ சறுக்குப் பாதையில் ஏறுவதும் இறங்குவதும் இயல்பாக விளையாடத் தோன்றுகிற பழக்கவழக்கங்களில் ஒன்றாகயிருந்தது. ரேவதி வீடு முதல் தளத்தில். அவள் நேரே இறங்கி வந்துவிட்டாள். நம்பும்படியில்லை பார்க்க குண்டாகத் தெரிகிறாள். “வாடீ.. எப்ருக்க. பாத்து எவ்ளோ நாளாச்சு” வாய்கொள்ளா வரவேற்பு. என் கையிலிருந்த பேக்கை வாங்கிக்கொள்ளத்தான் இறங்கி வந்திருக்கிறாள். “நீயும் வெயிட்டாதாண்டியிருக்க. பரவால்ல. நாங்கூட நாந்தான் வெயிட் போட்டுட்டேனு நெனச்ட்ருந்தேன்”

தொடர்ந்தாள். அவள் பேசுவது இப்படித்தான். படிகளில் ஏறிக்கொண்டேயிருந்தோம். முதலாவது தளத்தில், ஒரு மூலையில் தேங்கியிருந்தது அவள் வீடு. வாடகைக்குத்தான் இருக்கிறார்கள். வீட்டின் முன்பு நிறைய ஸ்பேஸ். வீட்டிற்குள் நுழைந்ததுவரை அவளுக்கு என்னை வரவேற்றது போதவில்லை. கணவனையழைத்து கடையில் ஏதாவது வாங்கிவரும்படி நச்சரித்துக்கொண்டேயிருந்தாள். நேத்துகூட சொல்லிட்டுருந்தேன்டி நாம 'சந்தோஷ் சுப்ரமணியம்' படம் பாக்கப் போனதப்பத்தி. அவளுக்கு என்னை அறிமுகப்படுத்தவும் நினைவுபடுத்தவும் போதுமான குறும்படமிது.

ரேவதியெனக்கு இளங்கலைக் கல்லூரித்தோழி. எங்கள் கல்லூரி கட்டுப்பாடுகளுடையது. கிறித்தவ நிறுவனம். எனக்குக் கட்டுப்பாடுகளை மீறும் சுபாவம். குறிப்பாக என் சுதந்திரத்தைப் பரந்துபட்டதாக்க ஏதாவதொரு செய்கையில் என்னை ஈடுபடுத்திக்கொள்தில் கிடைக்கிற சாகச விரும்பி. ரேவதி என் எண்ணங்களோடு ஒத்துப்போகிறவள். கொஞ் சமேனும் கட்டுப்பாட்டை மீறிப் பார்ப்பதில் அவளுக்கும் ஒருவித திருப்தி. அப்படித்தான் நாங்கள் முதன் முதலாக பெரியகுளம் மூன்றாந்தால் நிறுத்தத்திற்குப் பக்கத்திலிருக்கிற தியேட்டருக்கு 'எம்டன் மகன்' பார்க்கப் போனதும். மதுரை சினிப்ரியா தியேட்டரில் 'சந்தோஷ் சுப்ரமணியம்' பார்த்ததும்.

இரண்டாமாண்டு முடிந்த விடுமுறை நாட்களில் என்.சி.சி.யில் இன்டக்ரேட்டட் கேம்ப் போட்டிருந்தார்கள். கேம்ப்பிற்கு நான் தேர்வாகவில்லை. எங்கள் கல்லூரியிலிருந்து மூவர் மட்டுமே அனுமதிக்கப்பட்டிருந்த நேஷ்னல் கேம்ப்பது. கேம்ப் நடைபெறப்போவது ஊட்டியில். என் பெயர் ஊட்டியிலில்லை என்றே நினைத்துக் கொண்டேன். விடுமுறை நாட்கள் கழிந்து கொண்டிருந்தபோது, ஒரு நாள் ரேவதி அழைத்தாள். கேம்ப் போகத் தேர்வாகியிருந்த மூவரில் ஒருவருக்கு உடல்நலக்குறைவென்றும், என் பெயரை அதற்குப் பதிலாக ஹெச்.ஓ.டியிடம் சஜஸ்ட் செய்திருப்பதாகவும் அவசரமாக என் விருப்பத்தைச் சொல்லும்படியும் அன்பைப் பொழிந்தாள். அவள் அழைப்பதற்கு முன்பாகவே ஒரு கற்பனை. இதே தான். கற்பனையென்பது நடக்கப்போவதைக்

காட்டிவிடும் ஒரு நிஜமாகத்தான் தோன்றியது. அதன்பிறகு ஹெச். ஓ. டியைச் சந்தித்து கேம்பிற்குப் போகவேண்டிய பர்மிஷன் லெட்டரை முறையாக வாங்கிக்கொண்டு யூனிஃபார்ம், ஷூக்கள் தேர்வுசெய்து எடுத்துக்கொண்டு தயாராகிவிட்டது. ஷூக்கள் என் பாதங்களுக்குப் பொருந்தவில்லை. கொஞ்சம் பெரிதாக உழட்டிக்கொண்டேயிருந்தது. வேறு வழியில்லை. என் பாத அளவிற்கு நான் தனியாகத்தான் ஷூக்கள் வாங்கி வைத்துக்கொள்ள வேண்டும். ஆனால் இது முறையாக என்.சி.சி அமைப்பிலிருந்து அதன் மாணவச் சேவைக்கு வழங்கப்பட்டிருக்கும் கவர்ன்மெண்ட் ஷூக்கள். அதிலிருந்து வரும் கெத்தும், உழைத்து உழைத்துத் தேயாத வாசனையும் தனிதான்.

மதுரை என்.சி.சி. ஹெட்குவார்ட்ரசிற்குப் போகவேண்டும். மதுரையிலிருந்து எங்களுக்கு இரண்டு சீனியர் கல்லூரி மாணவிகள் வேறு கல்லூரியிலிருந்து இணைத்துவிடப்பட்டிருந்தார்கள். என்.சி.சி தலைமை அலுவலகத்திற்குக் காலை பத்து மணிக்கே ஆஜராகிவிட்டோம். மதியம் போல ட்ரெயின் இருக்குமென்றார்கள். ஒருவேளை நாங்கள் தாமதித்துவிடக்கூடுமென்று அப்படியொரு முன்னேற்பாடான ஐடியாவை எங்கள் மீது ஹெச்.ஓ.டி செலுத்தியிருக்க வேண்டும். முன்னெப்போதும் நாங்கள் பகலில் கேம்ப் பயணங்களை மேற்கொண்டதில்லை. ஆபிசில் எங்களை ஒருவிதமாகப் பார்ப்பதும் கடப்பதுமாக என்.சி.சி. அதிகாரிகள். அலுவலக முகப்புக் கட்டிடத்தில், திண்ணை போன்ற இடத்தில் அமர்ந்திருந்தோம். பழைய இற்று ஊறிப்போன திண்ணை. விரிசல்கள். யூனிஃபார்மில்தான் சென்றிருந்தோம். காக்கியுடை. ஷூக்கள், தலையில் கேப், இடுப்பில் பட்டையான பெல்ட், நேம் பேட்ச். அதற்கு முன்பு அட்டன் செய்த கேம்ப்களின் அடையாளமாக கொடுக்கப்பட்டிருக்கும் பேட்ச் அல்லது விசேஷ அங்கீகாரங்களுக்காக கொடுக்கப்பட்டிருக்கும் பேட்ச்கள் ஏதாவது இருந்தாலும் அணிந்துகொள்ள வேண்டும். உடுப்புப் போட்டுவிட்டாலே எங்கிருந்து வந்து ஒட்டிக்கொள்ளுமோ அப்படியொரு அரசாங்கக் கலை. கிட்டத்தட்ட காவலாளிகள் போல, எங்களுக்கும் பொதுமக்களிடம் செலுத்தக் கூடிய அதிகாரங்களும் உரிமைகளும் உண்டு. சேவையடிப்படையில்தான்.

மதியத்தை நெருங்கியிருப்போம். அலுவலகத்திலிருந்து வந்த ஒருவர் எங்களைச் சாப்பிட்டுவிட்டு வரும்படி கூறினார். கேம்ப் பயணம் பற்றி விசாரித்தோம். காலையிலிருந்து முறையாக எந்த பதில்களும் இல்லாமலே கடந்து போனது. தெளிவாகச்சொல்லிவிட்டார் இரவுதான் பயணமென்று. அதற்குமேலும் எங்களுக்கு வெறுத்துப் போனது. அவர் அகன்றவுடன் திட்டமிட்டோம். இப்படியே உட்கார முடியாது. வெளியில் எங்காவது சுற்றிவிட்டு குறைந்தபட்சம் மாலை நேரத்திற்கு அலுவலகம் வந்தால் போதுமென்றிருந்தது. முடிவாக திரைப்படத்திற்குப் போகலாமென்று தீர்மானித்தோம். அப்படித் தீர்மானித்துப் போனதுதான் 'சந்தோஷ் சுப்ரமணியம்'. ரேவதிக்கு இப்பொழுதுவரை மறக்கமுடியாத எங்களிருவருக்குமான திரையனுபவமிது.

"நீ சிக்கன் சாப்டுவல்லடி. ஏங்க சிக்கென் ப்ரியாணி வாங்கிட்டு வாங்க. வேறென்னடி வேணும். ஸாரிடி எங்க வீட்ல ஏசியில்ல. நீ ஏசில தான் படுப்ப. கோச்சுக்காதடி" அடுத்தடுத்து அவள் பக்க இத்யாதிகளை அடுக்கிக்கொண்டே போகிறாளாயொழிய, என் பக்க தர்மசங்கடத்தைப் புரிந்துகொள்ள அவளுக்கு நேரமில்லை. அவளுடைய பிள்ளை வீட்டிற்குள் நுழையும்போது ட்ராயிங் பண்ணிக்கொண்டிருந்தது. என்னைப் பார்த்ததும் "அத்தே..." என்று ஓடிவந்து, சேரில் உட்கார்ந்ததும் பக்கத்தில் நின்றுகொண்டது. எதிர்பார்க்கவேயில்லை. அந்நியரைக் கண்டால் பதுங்கும் குழந்தைகளைப் பார்த்ததுதான் பெரும்பாலும். புதிதாகவும் ஆரோக்யமாகவுமிருக்கிற பரஸ்பர உறவை ரசிக்கவா அணைத்துக்கொள்ளவாயென்றிருந்தது. பையன் தாத்தா வீட்டில் ஊரிலிருப்பதாகச் சொன்னாள். அருகில் ஒட்டிக்கொண்டிருக்கும் இந்த சின்னப்பெண்ணிற்குத்தான் என்னால் எந்த இனிப்பையும் வாங்கிவரமுடியாமல் போனது.

தடபுடல் பண்ணியவள் கொஞ்சநேரத்தில் கடையிலிருந்து சிக்கன் பிரியாணி வரவழைத்தாள். பொட்டலும் கொஞ்சம் பெரியதாகயிருந்தது. நேரத்திற்கு சாப்பிடும் வயிறு. இப்போது மணி ஒன்பதரையிருக்கும். வயிறு வெறும் வயிறாக உப்பிப் போயிருந்தது. தோசைக் கல்லையும் அடுப்பில் காயவைத்துவிட்டு, பிரியாணியைப் பிரித்து முக்கால்வாசியை தட்டில்

பரிமாறிக்கொண்டிருந்தாள். சம்மணமிட்டு உட்கார்ந்திருந்தாலும் கொலுசுகள் தரையில் பதிந்து கணுக்கால்களை அழுத்த பதற்றமும் சங்கடமும் சேர்ந்தே அமுங்கியது. பிரியாணி வாசனைக்கு பசியெடுக்கவில்லையென்றாலும் சுவையெடுக்கும். நான் சிக்கன் பிரியை என்பதை ரேவதி அறிந்தவள். வாங்கிவரச் சொன்னதிலிருந்து "ஒனக்குப் புடிக்குமுலடி.. புடிக்குமுல்லடி" என்று என் பாரிய விருப்பத்தை நிறைவேற்றி வைப்பவளாக அசடு வழிந்தாள். பிரியாணிப் பொட்டலத்தில் எண்ணெய் கூடுதல். வயிற்றைக் கூட்டிவிடும். மறுத்தேன், அளவாக வைக்கும்படி. ரேவதியின் மகளை ஒரு கண் பார்த்துக்கொண்டேன். அவள் மீதமுள்ள பிரியாணிப் பொட்டலத்தை விட்டே கொஞ்சம் தள்ளிதான் உட்கார்ந்திருந்தாள். அவளும் சுவை விரும்பிதான் போல.

உடலின் இன்பம் பசியைப் போக்குவதுதான். தட்டு நிறைய உணவிருந்தும், ருசித்துப் பார்க்க மட்டுமே தோன்றுகிற இடத்தில் அமர்ந்திருப்பதாக ஒரு பிரம்மை. ரேவதி, தோசைக்கல்லிலிருந்து தோசையை எடுத்து வந்து, பிரியாணிக்குத் தொட்டுக்கொள்ள ஓரத்தில் மடித்து வைத்துவிட்டுப் போனாள். தோசையிலும் எண்ணெய் அதிகம். எனக்கு அவளிடம் நிறைய பேச வேண்டும். குறைந்தபட்சம் எங்காவது இடம் கிடைக்குமா என்றுதான் தேடினேன். இடைவெளி குறைவது போலத்தானிருந்தது. சாப்பிட்டு எழுந்ததும் டிவியை ஆன் செய்தாள். டிவி பிரமாதமில்லை. சோர்வு ஒருபுறம். பாடல்களை வைத்துவிட்டு அவளும் ஒரு ப்ளாஸ்டிக் சேரில் அமர்ந்து கொண்டாள். ஏதாவது பேச்சுக்கொடுப்பதற்குள், அலைபேசி அழைப்புகள் ஒன்றுக்கொன்று அவளை சளைக்காமல் துரத்துவதாக வந்துகொண்டிருந்தன. அவளிடம் பேச வேண்டும். அலைபேசியையெடுத்து, வந்த காலை அட்டன் செய்து பேச ஆரம்பித்துவிட்டாள். எனக்குப் புரியவில்லை. தெலுங்கு பேசுகிறாள். தெலுங்கை மெலிதாகவாவது புரிந்துகொள்ளும் பக்குவமிருந்தது போயேவிட்டது. இவள் பேசுவது குலை குலையாகத் தள்ளுகிறது. "அம்மாடி..." "பேசு..."

கையில் போனை வாங்கிக் கொண்டு வாசல் நிலைப்படிக்கு வந்தேன். சங்கோஜமாக இருந்ததென்று

இரண்டாம்பட்சமாகத்தான் சொல்லவேண்டும். சுவாசிப்பதை சுதந்திரமாக உணர வேண்டும். நிலைப்படியிலிருந்து மெயின்கேட்டைப் பார்த்தபடியிருக்கும் பால்கனியில் போய் நின்றேன். பூந்தொட்டிகள் ஒன்றில் மட்டும் ரோஜாச்செடி. மொட்டுக்கள், அரும்புகள். ஒரு பூ நாளை மலர்ந்துவிடும். முள்விரிப்பைப் போலிருக்கும் ரோஜாயிலையை வருடத் தோன்றியது. குத்துவது போன்ற அதன் பாவனை ஒரு சுகம்.

ரேவதி என்னிடம் ஃபோனை நீட்டி,"அம்மா பேசணும்ங்றாங்கடி" என்றபடி என் காதில் அவளாகவே போனை வைத்தாள். "நல்லாருக்கியாப்பா. அப்பா நல்லாருக்காங்களா. அம்மாவுக. ரேவதி சொன்னா வீட்டுக்கு வந்திருக்கேன்னு. உங்க அப்பாரு செஞ்ச ஒதவிய என்னைக்கும் மறக்கமுடியாதுப்பா. எப்பவும் உங்கப்பா நால்லாருக்கனும். அவர்மட்டும் அன்னைக்கு இல்லன்னா. நீ ஒங்குடும்பம் அல்லாரும் எப்பவும் நல்லாருக்குனும். வாப்பா ஒருநாளு வீட்டுக்கு. இப்பப் பெரியகொளத்துலதான் இருக்கம். ஒருநாளு வா சாமி" கடகடவென்று பேசி முடித்தாள். அவள் நலம் விசாரித்த தொனி, ஒரு செய்யுளின் மரபிலக்கணத்தைப் பிறழாத இசையின்பத்தை நிகழ்த்திக்காட்டி ஒலித்தடங்கியது.

அப்பா மட்டும் இல்லைன்னா? கல்லூரிக்குக் கிளம்புவதற்கு தயாராகிக் கொண்டிருந்தேன். சரியாக ஏழே முக்கால் பஸ்ஸைப் பிடிக்க வேண்டும். இது தினசரிப் பழக்கம். அந்தப் பேருந்தை விட்டுவிட்டால் நான் மேனேஜ் செய்யும் நேரத்தைத் தவறவிட்டதாகக் அடித்துக்கொள்ளும். வத்தலக்குண்டிலிருந்து தாமரைக்குளத்திற்கு ப்ரைவேட் பஸ்க்காரன் வந்து நிற்பான். கல்லூரிப் பேருந்தில்லை. ஆனாலும் ஜெ.ஏ. காலேஜிற்கென்றே பஸ் ஸ்டேண்டில் நின்றுகொண்டிருக்குமந்தப் பேருந்தைப் பார்த்தால் ஏறவும் தோன்றாது. தப்பித் தவறி ஏறிவிட்டால் கூட்டத்திற்கு நடுவே யாரோவாக நின்றுவிட்டு இறங்க வேண்டியதிருக்கும். பொதுமக்களும் ஏறக்கூடிய பேருந்துதான் என்றாலும் மாணவிகள் அதிகம். பேருந்து கல்லூரிக் காம்பவுண்ட்க்குள் மாணவிகளை இறக்கிவிட்டுவிட்டுத்தான் மற்ற பிரயாணிகளுக்கு பயணம் செய்யும். தவிர டிக்கெட்டும் குறைச்சல். நான் போகிற பேருந்து அரசுப்பேருந்து. 8.50 கொடுக்க வேண்டும். ப்ரைவேட் பேருந்தில்

ஆறே ரூபாய்தான். சில நேரங்களில் யோசித்துப் பார்த்ததுண்டு. நியாயமாகப் பார்த்தால் ப்ரைவேட் பேருந்தில் தான் டிக்கெட் விலை கூடுதலாக இருக்கவேண்டும். ஆனால் நிலைமை தலைகீழ். இது இங்கு மட்டுமில்லை. எப்போதும் இது யோசனையாகவே தொடர்கிறது.

வாசலில் யாரோ நிற்பது தெரிந்தது. அழைப்பது திரைவழியாகக் கேட்க, திரைச்சீலையை விலக்கிப் பார்த்தால் ரேவதியும் அவளது அண்ணனும். கல்லூரிக்குக் கிளம்பி விட்டிருந்தவள், நேரே அண்ணனோடு வீட்டுக்கு வந்திருக்கிறாள். ரேவதி கொடைக்கானலிலிருந்து வருபவள். வத்தலகுண்டு பேருந்து நிலையத்திற்கு வந்துதான் தாமரைக்குளம் பேருந்தைப் பிடிக்க வேண்டும். பெரும்பாலும் என்னோடு அரசுப் பேருந்தில் வருவதில்லையென்றாலும் நிறைய முறைகள் நானும் அவளும் தனியாகப் பயணித்ததுண்டு. அவளுக்குப் பிடித்திருந்தது. ஆனாலும் அவளுக்கும் ப்ரைவேட் பேருந்தோடு வாடிக்கையுண்டு. இன்று அண்ணனோடு?

"அப்பா இருக்காரா? அப்பாட்ட பேசனும்டி. முக்கியமான விஷயம்டி. அர்ஜெண்ட் மேட்ரு."

ஏன் என்னாச்சென்றெல்லாம் விசாரித்துக்கொண்டிருக்க முடியவில்லை. அவள் முகத்தில் பதற்றம். அவள் சொல்கிற அர்ஜெண்டில் ஏதோ தேவையற்ற ஒன்று இருப்பதாக கோபமாகத்தான் வந்தது. கல்லூரிக்கு நேரமாகிவிட்டது. "அப்பா உள்ளதான் இருக்காரு." கேட்டைத்திறந்துவிட்டேன். இருவரும் வீட்டுக்குள் போவதைத் திரும்பித் திரும்பிப் பார்த்துக் கொண்டே போனேன். உண்மையைச் சொல்ல வேண்டும். முறைத்துக்கொண்டே. ஏதோ வம்போடு வந்திருக்கிறாள்.

இருப்புக்கொள்ளாத இந்த மனதை வைத்துக்கொண்டு என்ன செய்வது. தட்டையாக அமர்ந்திருக்கிறது பிடிமானங்களற்ற வெளிக்குள். வெளியும் தெரியாமல் விழி பிதுங்கித் திரிய, என்ன நடந்திருக்கும்? என்னவாகயிருக்குமென்று ஒரே எண்ணம்.

ரேவதியின் அப்பா போலிஸில் பிடிபட்டுவிட்டாராம். ஊரில் நிலத்தகராறு காரணமாக பங்காளிச் சண்டை. பங்காளி ஒருவரை காலில் வெட்டியதற்காக கேஸாகியிருக்கிறது. அப்பாவிற்கு

நிறைய பழக்கவழக்கங்கள் உண்டு. கேஸிலிருந்து எடுத்துவிடும்படி கேட்பதற்காக வந்திருந்திருக்கிறாள். ஸ்டேஷனில் வைத்து காலையிலிருந்து பேசி, ஒரு முடிவிற்கு வந்து சால்வாகியிருக்கிறது. அன்றிலிருந்து ரேவதியின் அம்மா எங்கு பார்த்தாலும் இதை மறக்காமல் நன்றியுணர்வோடு சொல்லிவிடுவாள். ரேவதிக்குக்கூட அந்த காரியத்தை வெளிப்படுத்தி என்னிடம் நட்புயர்வு காட்டுவதற்கோ உள்ளன்போடு நன்றி செலுத்தவோ ஒருபோதும் தன்முனைப்பிருந்ததில்லை. அது தேவையுமில்லை.

பேசிவிட்டு மீண்டும் அவளிடம் கொடுத்தேன். இருவரும் தெலுங்கில் தொடர்ந்து சில சம்பாஷனைகளைப் பரிமாறிக்கொண்டு, சம்பிரதாயமாக தொடர்பைத் துண்டித்துக் கொண்டார்கள்.

நமக்கான மனிதர்கள் மட்டும் நமக்குக் கிடைத்துவிட்டால் அதைவிட வேறெதுவும் பெரிதாக கிடைக்கவேண்டியதில்லை. எந்த நேரத்திலும் நம் குணத்திற்கு உதவக் கூடிய காருண்யம் மனிதர்களோடான அந்யோன்யத்திலிருந்தே கிடைக்கக்கூடியதாகயிருக்கிறது. நெடுந்தொலைவிலிருந்து புறப்பட்டு வந்தது. மாடிக்குச் செல்ல வேண்டும். ரேவதிக்கு படுக்கையை விரிக்க நேரமாகிவிட்டது. குறைந்தபட்சம் படுத்துக்கொண்டே பேசிக்கொள்வோமென்று எதிர்பார்த்தேன். அவள், எனக்கும் அவளுக்குமிடையில் பிள்ளையைப் படுக்கவைத்துக்கொண்டாள். ஒருவருக்கொருவர் முகம் பார்த்துக் கிடந்தோமே தவிர, எங்களுக்குள் பிடிபடாத ஒன்று எங்களிருவரையும் பிரித்து வைத்திருந்தது. சஹானாவின் கன்னம் மிருதுவாகத் தோன்றியது. கன்னத்தை வருடிவிட்டு அவளின் பிஞ்சுக்கைகளை அரவணைப்பாகத் தொடமுற்பட்டேன். நோஞ்சான் உடம்பு. அசையாமல் கிடந்தாள். தூங்கவில்லை. ரேவதி அவளையிழுத்து மாரோடணைத்து முத்தங்கொஞ்சினாள். அவள் தாயாகிவிட்டதுதான் எனக்கும் அவளுக்குமான தூரமோ? ஏதேதோ பேசிக்கொண்டிருந்தேன். வயிற்றின் மேல் இருகை விரல்களையும் வைத்தபடி. ஆசுவாசமாகயிருந்தது. புது இடம் உறக்கம் பிடிக்கவில்லையென்று தப்பிதமாகிக்கொண்டிருந்தேன். அவள் காதுகளில் எதையும் போட்டுக்கொள்ளாதது தெரிகிறது. எனக்குத்தான் அனுகூலமாகப்பட்டது வார்த்தைகளை முன்னும்

பின்னுமாக உதிர்க்கவும். ஓர் இடைவேளையில் குறட்டைச் சத்தம் விசும்புவது கேட்க, திரும்பிப் பார்த்தேன். இரவு உறங்கப் போகும்போது பேசுவது பிடிக்காதோ என்னவோ. சொல்லிக்கொண்டு தூங்கியிருக்கலாம். அது சரி, இது அவள் வீடு. தலையணையின் மீது தலை ஒட்டவேயில்லை. கையை தலைக்குக் கொடுத்துத் தூங்க ஆரம்பித்தேன். அமைதியான இருள் கண்மூடிப் போனது எப்போதென்று தெரியவில்லை.

வெறுப்பை முழுமையாக உட்கொண்டது போலிருக்கிறது. மெல்லவும் முடியவில்லை. விழுங்கவும் முடியவில்லை. நெற்றியில் பட்டையடித்த மாதிரி ஏதோ ஒன்று அழுந்துவதும், அதன் வரவால் பூசப்பட்டிருக்கும் நிர்பந்தமும் மனதை ஒரு நிலைப்படுத்தத்தெரியாமல் விழித்துக்கொண்டிருப்பதை யாரிடமாவது இறக்கிவைத்தாலும் தீருமாயென்றால் பதில் தெரியவில்லை. காலையில் முன்னதாகவே எழுந்து சமையல் வேலைகளைத் தொடங்கிவிட்டிருந்தாள். இன்றிரவு அவளிடம் பேசிவிட வேண்டும். மனம் ஒரே நிலையில் இல்லாமல் தாங்கிப் பிடித்துக்கொண்டிருக்கும் அரூபத்தை விலக்கி வைக்க வேண்டும். படுக்கைவிரிப்பில் புரண்டு நைட்டியைச் சரிசெய்தபடி எழுந்தேன். அவள் கணவன் அலுவலகத்திற்குக் கிளம்பி ஹாலில் அங்குமிங்கும் பரபரப்பாக நடந்துகொண்டிருந்தான். முகம் பார்க்கும் கண்ணாடிக்கு முன்பு நின்று நெற்றியில் குங்குமக் கீற்றை நேர்பார்த்தவன், வாசல் பக்கமாக வேகமாக நடையைக் கட்டுவது தெரிந்தது. காலணிகளை மாட்டியபடி ரேவதியிடம் விடைபெற்றவன் என்னிடம்,

“வரேன்டா தங்கச்சி. நல்லா சாப்புட்றா.”

போகிறபோக்கில் தடுமாறிக்கொண்டேஎதையோ மறந்தவன் அவசரமாக நடந்துபோவதும், நடையில் டென்ஷனுமிருந்தது.

“சுடுதண்ணி வச்சுருக்கேன்டி. பச்சத் தண்ணில குளிச்சுராத” கிச்சனிலிருந்து ரேவதியின் குரல். கரிசனம். புதிய அனுபவமாக எந்தவிதத்திலும் திட்டமிடாத இந்தத் தங்குதல் எதற்காக? சுடுதண்ணி வேண்டாம். பச்சைத் தண்ணியில் குளித்தும் பழக்கமாகியிருந்தது. தவிர தினமும் இந்த சுடுதண்ணி உபசரிப்பு கிடைக்குமா? யாரும் அதற்கு உத்தரவாதம்

தரமுடியாது. பாத்ரூமிற்குள் புகுந்து கொண்டேன். குளித்துவிட்டு வந்ததும், அழுக்குத் துணிகளை பாத்ரூமிற்கு நேராகயிருக்கும் வாஷிங்மெசினில் போடச் சொன்னாள்.

“மொத்தமா சேந்தோன்ன போட்டுட்லாம்.”

இன்னும் துணிகள் சேரவேண்டும். உருப்படிகள் கணிசமாகவே சேர்ந்திருந்தன. இரண்டு நாட்களாவது ஆக வேண்டும்.

சாப்பிட்டு முடிப்பதற்குள் கிளம்பத் தயாராகியிருந்தாள். டி.எல்.எஃப்பில் வேலை. மகளை என்னிடம் விட்டுவிட்டு அவளுக்கு என்ன செய்ய வேண்டும், எப்பொழுது செய்யவேண்டுமென்று ட்யூசன்.

அரைகுறை மனம். லீவு போடுவாளென்று உத்தேசித்திருந்தேன். எனக்காக நான் வந்திருப்பதற்காக. அப்படியொன்றும் முக்கியமற்ற வருகையிது.

ரேவதியின் மகளுக்கு நான்கு வயதிருக்கும். அது ஏதோ அது பாட்டிற்கு அதன் வேலைகளைச் செய்யத் தொடங்கிவிட்டது. என்னைக் கவனிக்கிறதா தெரியவில்லை. மதியத்திற்கு தக்காளி சாதம். சரியாகச் சாப்பிடுவேனா என்பதில் நம்பகமற்ற சந்தேகம். “நல்லா சாப்ட்றி” என்ற பதம் விரட்டு விரட்டென்று விரட்டியது. எவ்வளவு சமைத்திருந்தாலும் வயிறு கொள்ளுமளவுதான் பசியும் ருசியும். அம்மாவிற்கு அழைத்துப் பேச வேண்டும். இரண்டு கால்களையும் தாராளமாக நீட்டிக்கொண்டு அமர்ந்துவிட்டேன். கொஞ்சமாவது யாருடனாவது பேச வேண்டும்.

சஹானா வீட்டுக்குள் சைக்கிள் ஓட்டிக்கொண்டிருந்தாள். படுக்கை விரிப்பைக் கலைத்துப்போட்டிருந்தாள். தாள்களைத் துண்டுகளாகக் கிழித்துப்போட்டு அலங்கோலமாகக் கிடந்தது. அம்மாவிடம் அலைபேசியில் பேசிக்கொண்டிருந்தேன். கிச்சனில் நின்று பேசினால் யாராவது வாசல்கதவிற்குப் பக்கமாக தெரியாமல் வந்து நின்றுகொண்டிருந்தால் கூட கேட்க நியாயமில்லை. அடுப்படியைப் பார்த்தவாறிருக்கும் செல்ஃபில் பூஜையறை. விளக்குப் போட மூன்றுவிதமான விளக்குகள். குங்குமமும் விபூதியும் அதனதன் கிண்ணிகளில் நிரம்பி அதீத வாசனையாகப் பொங்கிக்கொண்டேயிருந்தது.

அம்பிகாவர்ஷினி | 55

படங்கள் அத்தனையையும் நன்றாகத் துடைத்து வைத்திருந்தாள். பளிச்சென்றிருக்கிற தோற்றம் பக்திக்கானதா? தூய்மைக்கானதா?

பேசிக்கொண்டே செல்ஃபைப் பார்க்கும்போது தன்னை யறியாமல் நெருங்கிவிடக்கூடாதென்று தோன்றும் கடவுள்களிடம் என்ன பயமெனக்கு? நான் தூய்மையற்றவளாகயிருக்கிறேனா? என் பயமெல்லாம் எது என்னைக் கடவுளிடமிருந்து தள்ளிவைத்துக் கொண்டேயிருக்கிறதென்பதுதான். கடவுள்கள் என்ன செய்துவிடும்.

சஹானா காபி கேட்டாள். அவளிடம் நிறைய பற்றுதல்கள். அடுப்படியையொட்டிய செல்ஃபில் மளிகைச் சாமான்கள், பிஸ்கட் பாக்கெட்டுகள், மேகி பாக்கெட். மெலிந்த தேகமும் ரப்பர் தண்டு கை, கால்களுமுடையவள். "பிஸ்கட் கேட்டா எடுத்துக்குடுடி." சொல்லிவிட்டே போயிருந்தாள். சம்பிரதாயமாக கேட்கவும் செய்தாள் இவள். நேரம் போய்க்கொண்டிருப்பது அழையா விருந்தாளியாகயிருந்தது. சமாளித்துப் பார்க்கவும் முடியவில்லை. வீட்டில் வேறு வேலைகளுமில்லை. ஹாலில் இருந்த டிவியை ஆன் செய்து ஆஃப் பண்ணுவதற்குள் டிவி பார்க்கும் எண்ணமே மாறிவிடலாம். பழைய மாடல். முதல் நாளிரவு வந்ததும் எல்.சி.டி., டிவிப் பெட்டியாய் மாறிய கதையையும் சொல்லியிருந்தாள்.

அப்போது பவர்ஹவுஸ் ஏரியாவில் குடியிருந்தோம். ரேவதியிடமிருந்து போன் வருகிறதென்றாலே காரியமாகத் தானிருக்கும். ஒவ்வொரு முறையும் அவள் அழைக்கிறபோது, பேசுவதற்கு முன்பே தயாராகிவிடுவேன். அவள் என்ன? எதற்கு? ஏன் பேசுவாளென்று தெரியும். மாதங்கள் கழித்தெல்லாம் தேடி வருவாள். வரும்போதே அவளுக்கு ஒரு தேவையிருக்கும். தேவைகள் இல்லாதபோது அவள் என்னைத் தேடியதேயில்லை. திடும்மென்று அவள் அழைப்பைப் பார்த்ததும் உஷாரான மனநிலையில்தான் பேசினேன்.

"ஏய் உனக்கு பொம்மைலாம் வாங்கலாமானு ஐடியா இருக்கா?"

"ஏன் கேக்கற?"

"இல்ல. எங்கிட்ட பெரிய பெரிய பொம்மைலாம் இருக்கு. விக்கறதுக்கு வாங்குனேன்."

எனக்குப் புரியவில்லை. "என்ன ஏதாவது பொம்மக் கடையா??"

"அத ஏண்டி கேக்குற. எழவெடுத்து பேன்சி ஸ்டோர் வைக்கலாம்னு, ரெண்டு லட்சம் கடன் வாங்கி பெரியொளம் மார்கெட் பக்கமா ஒரு கடைய வாடகைக்குப் புடிச்சு ஆரம்பிச்சேன். அம்புட்டும் ஊத்திக்கிட்டு போச்சு. அந்தக் கடைய வாங்கறப்பவே ஒருத்தர் சொன்னாரு. இது ராசியில்லாத எடம்மா வேணாம்னு. நாந்தேன் ஆடிக்கிட்டு போயி வாங்குனேன். இப்ப இப்படி உக்காந்துருக்கேன். மத்த பொருள்லாம் இப்டியப்டினு அங்கங்க கடைக்குக் கொடுத்துட்டேன். இந்த பொம்மைலாம் வாங்க மாட்டின்றாய்ங்க. வூட்ல கொண்டுவந்து கெடக்கு. என்ன செய்ருதுனே தெர்லடி. ஒனக்குத் தெருஞ்சு யாராது வாங்கிக்குவாங்களா?"

அவள் பீடிகை போடுவது புரியாமலில்லை. என்னைத்தான் சுற்றிவளைத்து வாங்கிக்கொள்ளும்படிக் கேட்கிறாள். எனக்குத் தெரிந்து சில யோசனைகளைச் சொல்லிவிட்டு அழைப்பைத் துண்டித்தேன். இப்படித்தான் ரேவதியும் நானும். வருடத்திற்கொருமுறை தேடுவாள். இந்த வருடம் நேரில் நான் தேடிவந்துவிட்டேன்.

உச்சிப்பிள்ளையார் கோவிலுக்குக் கிளம்பலாமென்று, வந்த இரண்டாம் நாளில் திட்டமிட்டோம். அன்றைக்கு தாமதமாகத்தான் அலுவலகத்திலிருந்து வந்தாள். கிளம்பியிருந்தேன். அவள் பிள்ளையும் குளித்துக் கிளம்பி பீரோவைத் திறந்து அதற்குப் பிடித்த உடையை எடுத்துப் போட்டுக்கொண்டது. நான் சொல்வதெதையும் அது கேட்கவில்லை. அதன் விருப்பதிற்கே விட்டுவிட்டேன். அவள் விருப்பத்தை மீற நானொன்றும் அவள் அம்மா இல்லையே.

ரேவதி வந்தாள். அவசரமாக மகள் போட்டிருந்த துணியைக் கழற்றி வீசினாள். பாத்ரூமிற்குத் தள்ளிக்கொண்டுபோய் குளிக்க வைத்தாள். அவள் குளிப்பாட்டும் சத்தம் ஹால் வரையிலும் கேட்டது. மக்கை இரண்டு மூன்று முறைகள் டம்டும்மென்று போட்டிருப்பாள். புலம்பிக்கொண்டே துவட்டிவிட்டாள்.

"ஏண்டி ஒனக்குக் குளிக்கவைக்கக் கூடத் தெரியாதா இப்டித்தான் வச்சுருப்பியா"

நான் பதில் சொல்லவில்லை. வேடிக்கையாகத் தோன்றியது. அவளுக்கு யார் மீது கோபம். என் மீதா? அவள் பிள்ளையின் மீதா? அவள் கழற்றியெறிந்த துணியின் மீதா? நேரமாகிக்கொண்டேயிருந்தது. அவளின் கணவர் வரவேண்டும். அவர் வரவில்லை. அலைபேசி அழைப்பில் வந்தார். மூவரையும் ஆட்டோபிடித்துக் கோவிலுக்கு வரச்சொல்லிவிட்டார். அப்போதுதான் அவளுக்கு நான் 'ஓலா' ஆப்பை அறிமுகம் செய்துவைத்தேன். ரெகுலராக வரும் ஆட்டோ சார்ஜ் கூடுதலாகயிருந்தது.

நகருக்குள் ஆட்டோ விரைந்தது. செயின்ட் ஜோசப் சர்ச்சைக் கடந்து ஓரிடத்தில் ஆட்டோவை நிறுத்தி, இதற்குமேல் போனால் ஒன் வே. சுற்றி வரமுடியாதென்று இறக்கிவிட்டுப் போனார். ரேவதிக்கு இது பிடிக்கவில்லை. அவளாகப் பார்த்து அழைத்த ஆட்டோ காசு கூடுதலென்றாலும் சொல்கிற இடத்தில் இறக்கிவிட்டிருக்கும். முணுமுணுத்தாள். சர்ச்சைப் பற்றி விசாரித்தேன். அவள் காதுகளில் நகர மையத்தின் வாகன ஒலிப்புகள் பலமாக விழுந்து, இரைச்சலை அதிகப்படுத்தியிருக்க வேண்டும். என் பக்கம் திரும்பவேயில்லை. சஹானாவின் கையைப் பிடித்துக்கொண்டு விருவிருவென்று நடக்கத் தொடங்கினாள்.

கடைவீதிக்குள் நுழைந்தோம். இருபுறமும் திருவிழாக் கூட்டம். சஹானா நச்சரித்துக்கொண்டே வந்தாள். திரும்பி வருகிறபோது வாங்கிக்கொள்ளலாமென்று ஒப்புதலளித்துக்கொண்டே வந்தேன். அவள் நம்பினாள்.

பாய் கடையொன்றின் முன்பு நின்றவள் பாயை அழைத்து உறவாடியபடியிருந்தாள். செருப்புக்கடை. மகளுக்கு ஷூ செட் ஒன்றை எடுத்துவைக்கும்படி சொல்லிவிட்டு, "இந்த ஊருக்கு புதுசா வந்தப்ப இவுர்தாண்டி எங்களுக்கு சப்போர்ட்டா இருந்தாரு. இப்ப வரைக்கும் அப்டித்தான்" அவள் உணர்வுப்பூர்வமாகப் பேசுவது எப்போதாவதுதான்.

கோவிலுக்குள் நுழைந்து, டிக்கெட் கவுண்டரை நெருங்கும்போது, உச்சிப் பிள்ளையார் கோவிலின் உச்சியிலிருந்து ஆட்கள் திருப்பியனுப்பப்பட்டுக்கொண்டிருந்தார்கள். விசாரித்ததில் நடைசாற்றிவிட்டார்களாம். சில படிகள் ஏறினோம்.

வாய்ப்பில்லையென்றார்கள். அடிவாரப் பிரகாரத்தில் சாமி கும்பிட்டுவிட்டு ஓரிடத்தில் அமர்ந்தோம். வேகவேகமாக வந்தது. இப்போது அதற்கு ஓய்வு தேவை. தூணில் சாய்ந்துகொள்ள உட்கார்ந்தபடியே மூவருமாக செல்ஃபி எடுத்துக்கொண்டோம்.

அடுத்தநாள் ஊருக்குப் போவதாகச் சொல்லியிருந்தேன். காலையிலேயே கிளம்ப வேண்டும். சென்னையில் வேலைபார்க்கும் தங்கையைச் சந்தித்துவிட்டு சில நாட்கள் அவளோடு தங்கியிருந்துவிட்டு வரவேண்டும். காலையில் எனக்கு முன்பாகவே கணவனும் மனைவியும் சஹானாவும் கூட எழுந்துவிட்டாள். நைட்டியெதுவும் விலகிவிட்டதா? கணநேர அச்சம். தவறாமல் கவுளி ஒலித்துவிடுகிறது. ஹாலில்தான் இந்த மூன்று நாட்களும் படுத்துக்கொண்டிருந்தோம். முந்தையநாள் இரவில்தான் உரைத்தது. கணவன் மனைவிக்குள் இடையூறாக வந்துவிட்டோமென்று.

அவசரமாக எழுந்து குளியலறைக்கு ஓடினேன். சமையலறையிலிருந்து ரேவதி,

"ஏன்டி இப்பயே குளிக்குற" சீண்டுவதைப் போலிருந்தது.

"ஏங். குளிக்கக் கூடாதா. இப்ப குளிச்சா என்ன" கோபம்.

பாத்ரூமிற்கு வெளியே எந்தச் சத்தமுமில்லை. ஹாலுக்கு வந்தேன். குளித்துக்கொண்டிருக்கும்போதே அலைபேசியடித்தது. எடுத்துப் பார்த்ததில் நண்பரொருவர் அழைத்திருந்தார். பேசினேன். அவள் காபியெதுவும் கொண்டுவரவில்லை. எனக்கெதிராக தரையில் குத்தவைத்து அமர்ந்திருந்தாள். "யாருடி. அம்மாவா?" இந்தத் தொனியும் பிடிக்கவில்லை. நக்கல். மீண்டும் கோபப்பட விரும்பவில்லை.

சொன்னேன் நண்பரென்று. வேலை விஷயமாக அழைத்திருந்தாரென்றேன். அவள் நம்பவில்லை. என்ன நினைத்தாளோ காபி கொடுத்துவிட்டு, வேலைக்குக் கிளம்பத் தயாரானாள். வீட்டு வேலைகளையெல்லாம் முடித்திருந்தாள்.

நானும் கிளம்ப, மதியம் போலவருவதாக வாக்களித்தாள். அப்பொழுதுதான் இன்னொன்றும் உரைத்தது. தாமதமாகவே குளித்திருக்கலாம். ரேவதி கூட அலுவலகக் கோப்பொன்றை பீரோவிலிருந்து எடுத்தபடி, "நீ காலைல கோபப்பட்டுட்டடி..."

என்றிருந்தாள். வீட்டில் யாருமில்லை. பிள்ளையை அவள் அத்தை வீட்டில் விடப்போகிறாள். நான் ஊருக்குச் செல்வதால் இந்தத் திட்டம். சஹானாவிற்கு இன்று என்னைப் பிடிக்கவில்லை. வாசலில் அம்மாவோடு அத்தை வீட்டிற்குச் செல்ல தயாராக நின்றிருந்தவள் முறைத்தபடியேயிருந்தாள். முதல் தளத்திலிருந்த அவர்களது வீட்டின் ஜன்னல் திரையை விலக்கிப் பார்த்துக்கொண்டேயிருந்தேன்.

ரேவதி மதியமும் தாமதமாகவே வந்தாள். பர்மிஷன் கேட்டு வந்திருப்பதாகத் துரிதப்படுத்தினாள். மதிய உணவைச் சாப்பிட ஆரம்பித்தோம்.

"நீ முன்னாடியே சாப்ட்ருக்கலாம்லடி"

அழுத்தமாகக் காத்திருந்தது அவளுக்குக் காரணமாகவே படவில்லை. சேர்ந்து சாப்பிடலாமென்று தோன்றியது. காலையில் கோபம் சந்தேகப்படுகிறாளோவென்று. அவளும்கூட கோபப்பட்டுட்டடியென்று குறிப்புணர்த்தியிருந்தாள். எல்லாவற்றுக்கும் அவள் வருவதற்கு முன்பே, சாரி கேட்டு மெஸேஜ் அனுப்பிவைத்திருந்தேன். அவளும் பரஸ்பரம் புரிந்துகொண்டதாக பதிலளித்திருந்தாள்.

திருச்சி மத்தியப் பேருந்து நிலையம். சென்னைப் பேருந்துகள் நிற்குமிடத்தைப் பார்த்துவைத்துக் கொண்டோம். ஏ.டி.எம் போகவேண்டும். தேடிப்பிடித்து பக்கத்திலிருந்த ஏ.டி.எம் ஒன்றில் பணமெடுத்துவிட்டு ஓடினோம். எனக்கு அவசரமெதுவுமில்லை. என் பேக்கை ரேவதிதான் தூக்கிக்கொண்டு ஓடினாள். அவளுக்குப் பின் ஓடுவதா நடப்பதாயென்று தெரியவில்லை. பழங்களை விதவிதமாக அடுக்கிவைத்திருக்கும் தள்ளுவண்டிகளை வேடிக்கை பார்த்தபடி வர திரும்பிப்பார்த்தவள், "எனக்கிருக்க அவசரம் கூட ஒனக்கில்லடி. சீக்ரம் வா பஸ்ஸு போய்ட போவுது" இழுத்தாள்.

கிளம்பத் தயாராக நின்றிருந்த பேருந்தில் ஏறிக்கொண்டேன். பேக்கைக் கொடுத்துவிட்டு, சில அடிகள் பின்வாங்கி நின்றபடி வழியனுப்ப ஆரம்பித்துவிட்டாள். "ஏதாவது தப்பாப் பேசிருந்தா சாரிடி. கோவுச்சுக்காத. என் சூழ்நில அப்டி. போய்ட்டு மறக்காம போன் போடு" அவள் முகத்தில் தடுமாற்றமும், பின்னடைவும்

60 | சிதை முகம்

குற்ற உணர்வும் மாறிமாறிக் கொப்பளித்தன. பரபரப்பாக விடைபெற்றுக்கொண்டு ஓடினாள்.

மனம் குறுகுறுத்தது. அவள் நியாயமாகத்தான் மன்னிப்புக் கேட்பதாகப்பட்டது. பேருந்தின் முன்னிருக்கையில் அமர்ந்து, அவள் கணவனுக்கு அழைத்து, ஊருக்குக் கிளம்புவதாகச் சொல்லிவிட்டு கடைசிச் சம்பிரதாயத்தையும் முடித்திருந்தேன். ஏனோ பக்கவாட்டில் திரும்பிப் பார்க்கத் தோன்றியது. ரேவதி போய்க்கொண்டிருந்தாள். திரும்பினாள். பேக்கைத் தூக்கி ஓரமாக வைத்துவிட்டு எழுந்து கையசைத்தேன்.

* * *

உள்ளங்கை அல்லி

கரிய பெரிய உருவத்தில் பிரசங்கம் நிகழ்த்திக்கொண்டிருந்தார் கோவில் பூசாரி. மரபெஞ்சில் அமர்ந்திருந்தவர் வெள்ளை வஸ்த்திரங்களை உடுத்தியிருந்தார். வஸ்த்திர ஓரங்களில் சிவப்புக் கறைகள். அவருடன் பெஞ்சில் இன்னொருவர் இடைவெளி விட்டும், பெஞ்சிற்குக் கீழ் பிரகாரத் தரையில் ஒரு பெண்ணும், இன்னும் ஒருவரும் அமர்ந்திருந்தார்கள். இரவு மணி எட்டை நெருங்கியிருக்கும். கோவில் அந்த வீதியில் கடைசியாகயிருப்பது. வீதிக்குள் நுழைகிறபோதே கோவில் திறந்திருக்கிறதா? திறந்திருந்தால் வாசல் வெளிச்சம் பாயுமேயென்று அதை நோக்கியே நடந்து போனோம் நானும் இன்னுமிருவரும். பிரசங்கம் என்றேன் இல்லையா. அதன் மொழி ராகம். வெளிச்சத்திற்கு அருகே செல்லச்செல்ல ஊர்ஜிதப்படுத்திக்கொள்ள பூசாரி நல்ல ராகம் போட்டுப் பாடத் தொடங்கியிருந்தார். எப்படியாவது இன்று கோவிலுக்குச் சென்றுவிட வேண்டும். இன்றைய நாளின் முடிவில் கடைசிக் கடமையும் முடிந்துவிடும். திட்டமிடவில்லையென்றாலும் இவ்வளவு தூரம் நினைத்ததை நெருங்கிவந்துவிட்டது.

இன்றைக்கு ஆங்கிலப் புத்தாண்டு. முதல் நாள் முதல் கடமையாக இருக்கவேண்டியது. எல்லாத் தற்செயல்களாலும் கடைசியாக இதுவும் ஒரு தற்செயலாகவே இப்போது கோவில் வாசல் முன்புவந்து நிற்பதாகிவிட்டது.

இரும்புக் கதவுகளைத் திறந்துவைத்திருக்கும் வாசலையொட்டி இடதுபுறமாக இளஞ்சிவப்பு நிறத்தில் பூத்துக்குலுங்கும் அரளி மரமொன்றிருக்கிறது. அதன் நிழலில் காலணிகளைக் கழற்றிவிட்டு, வேகமாக படிக்கட்டில் ஒரே தாவாகக் காலை வைக்கப் போனேன். பூசாரி ஊகித்தார். என் உள்ளங்கைகள் கும்பிட்ட நிலையை விரித்து, அதன் நடுவில் ஒரு பாலித்தீன் பையில் அல்லி மலரைச் சுற்றிவைத்திருந்தது. ஒற்றை அல்லி.

பூசாரி பாலித்தீன் கவரை ஊடுருவ உள்ளங்கைகளின் விரிநிலை அல்லியை மேலும் மூடி மறைத்தது. அவர் தடுத்தது பூவையோ. நினைத்தவாறு தாவலை நிறுத்திவிட, ஒரு சிறு தடுமாற்றம் எடுத்து வைக்கப்பட்ட பாதத்திற்கும் எடுத்துவைக்கப்படாத பின்தொடரும் பாதத்திற்கும்.

"அங்க பைப் இருக்கு கால அலம்பிட்டு வாங்க."

மீண்டும் பாட ஆரம்பித்தார். அவரின் குரலுக்குக் கீழே உட்கார்ந்திருந்தவர்கள் அசைந்து கொடுத்தார்கள். பைப்பைத் தேடினேன். அரளிச் செடிக்குப் பின்புறமாக புதிதாகப் போடப்பட்டிருக்கிறது. இதற்கு முன்பு இந்த பைப் இல்லை. ஏதோ ஒரு குற்றம் என் கையில் இருப்பதாக உள்ளங்கைகளைச் சுருக்கி, பைப்பைத் திறந்து காலைக் கழுவிக்கொண்டு, கைகளில் வலது கையை மட்டும் கழுவிவிட்டு பைப் மேடையைவிட்டு இறங்கினேன். உடன் வந்தவர்களும் தொடர்ந்து கழுவிக்கொண்டு இறங்கினார்கள். இடது கையின் பயன்பாடு இங்கு இருக்கப்போவதில்லை. குறிப்பாக திருநீறு எடுத்துக்கொள்கிறபோது.

ஒரே தாவலாகத்தான் தாவ வேண்டும். கோவில் இந்நேரத்தில் திறந்திருக்குமா? குறிபார்த்துக்கொண்டே வந்தவர்களுக்கு திறந்திருந்தது ஆதாயமல்லவா. அடைபடுவதற்குள் நுழைந்துவிட்டுத் திரும்ப வேண்டும். தாவலை அனுமதித்தவர்,

நேராக ஈசனின் சன்னிதானத்திற்கு விரைந்தபோது, இடமிருந்து வலமாக பிள்ளையாரிலிருந்து எல்லாவற்றையும் சுற்றிவரும்படி கட்டளையிட்டார். கால்கள் தடுமாறின. உள்ளங்கை அல்லி குறுகியது.

பிள்ளையாருக்கு முன்பாகவே திருமாலின் சன்னதியிருந்தது. இடமிருந்து அதுவே முதல். உடன் வந்தவர்கள் பிள்ளையாருக்கு முன்பு உக்கிபோடுவதில் மாற்றி மாற்றி ஜோடித்துக் கொண்டிருந்தார்கள். நான் மட்டும் பெருமாளின் முன்பு நிற்கிறேனே தவறில்லையா? திரும்பிப் பார்த்தேன். நான் செய்வது இப்போது நேத்தா தவறாகப்படுகிறது. சரியாகவேபட்டது. கண்களை ஒரு கணம் மூடித் திறப்பதற்குள் இருப்புக்கொள்ளவில்லை. கையில் பூவை வைத்துக்கொண்டு இரு கைகளையும் கூப்பி வணங்க ஒரு முறை வேண்டும். அது இங்கே வடிவம் மாறுகிறது. சரியாக கண்களைத் திறந்துகொண்டு பெருமாளைப் பார்த்தவாறே வணங்கினேன். அந்தக் கண்கள் திறந்திருந்தன. கருப்பு வெள்ளையல்லாத சிலைவிழிகள் என்னைப் பார்த்து சிரிப்பது போலிருந்தன. தன்னையறிந்த ஒரு சிரிப்பு எனக்கும். அவர் எதுவும் எனக்கு கேலியாகவோ காமெடியாகவோ சொல்லவில்லை. ஆனால் அப்படித்தான் சிரித்தேன். இது நேரடியாக கடவுளே அவரைப் பார்க்க வைக்கிற வேடிக்கை. சிலையைக் கடவுளென்று நம்பமுடியவில்லை. நகர்ந்தேன். அவர் அப்படித்தான். கொஞ்சகாலமாகவே சிரிக்கவைப்பதும் வேடிக்கை காட்டுவதுமாக விஸ்வரூபமெடுக்கிறார். கடவுளென்றால் நேரடியாகப் பார்ப்பதா?!.

இந்தப் பெருமாளுக்கு என்ன நேர்ந்துவிட்டது. காஞ்சிபுரத்திலிருந்து பின்தொடர்கிறார். காஞ்சிபுரத்தாளைத் தரிசித்துவிட்டு ஏகாம்பரேஸ்வரரைக் கடந்து வரதராஜபெருமாள் கோவிலுக்கு விரைந்தபோது கிட்டத்தட்ட எங்களின் நம்பிக்கை குறைந்திருந்தது. இது காஞ்சிக்குப் பயணமானபோது நிகழ்ந்தது. ஆட்டோக்காரர், ஏகாம்பரேஸ்வரர் கோவில் வாசலிலேயே சொல்லிவிட்டார்.

"பெருமாள் கோவில் தூரம். அப்றம் மூடிருச்சுனா என்ன சொல்லக் கூடாது இப்டி சொல்லிட்டேன்னு. இப்ப மூட்ற டைமு."

"பரவால்ல அதனால ஒண்ணுமில்ல. நீங்க போங்க பாத்துக்கலாம். போற நேரத்துல தெறந்துருந்தா பாத்ரலாம்ல."

ஆட்டோவை ஸ்டார்ட் செய்தவர், எங்களின் மீது கருணையைப் பொழிந்தார். இப்போதும் நாங்கள் மூவர். என்னோடு உடன்வந்தவர்கள் இருவர். ஆட்டோ வேகமாகச் சென்றது. வண்டிகளை முந்திக்கொண்டு போவதில் மும்முரமாகயிருந்தவர், எப்படியாவது எங்களை உரிய நேரத்திற்குள் கொண்டுசென்றுவிடவேண்டுமென்று முதுகைத் தீவிர உழைப்பாகக் காட்டிக்கொண்டு அமர்ந்திருந்தார். அவர் மீது தனி மரியாதை ஏற்பட்டது. அவர் தொழில் பக்தியுள்ளவர். ஆட்டோ லாவகமாக முந்துவதில் கருணையோடு விரைந்து வெளியேறிக்கொண்டேயிருந்தது வாகன நெருக்கடிகளிலிருந்து. எனக்கு நம்பிக்கை தளரவில்லை. ஏறும்போதே சொன்னது மாதிரிதான். இருந்தால் பார்த்துவிடலாம்.

பெருமாள் கோவிலின் முன்பு நின்ற ஆட்டோவிலிருந்து இறங்க, ஆட்டோக்காரர் அதற்குள் அருகிருக்கும் பூக்கடையில் நொடிப்பொழுதில் விசாரித்துவிட்டார்.

"சீக்ரம் சீக்ரம் கோவில் மூடப்போதாம். செருப்ப ஆட்டோவுல விட்டுட்டுப் போங்க."

ஆட்டோவில் கால்வைக்கும் பகுதியில் காலணிகளை வரிசையாகக் கழற்றிவிட்டு பூக்கடைக்குப் போனேன். பூச்சரங்கள் ஒன்றிரண்டாக முடியப்போகிற தருவாயில் சுற்றப்பட்டது போலிருக்க, துளசியை மட்டும் முழுமாக வாங்கிக்கொண்டேன். கால்களின் நடைப்பரப்பில் வேகத்தைத் துரிதப்படுத்தினேன். என்னுடன் வந்தவர்களையும் திரும்பிப் பார்த்தபடி வேகத்தோடு இழுத்தேன். இடைவெளிவிட்டே வந்தார்கள். என் கால்கள் மேலும் வேகத்தைக் கூட்ட எதிரே வந்த ஐயர்

"சீக்ரம் போங்க. கோயில் பூட்டப்போது. ஓடுங்க... ஓடுங்க..."

ஓட்டமெடுத்துவிட்டேன். வெயில் பரப்பு மூல பிரகாரத்தை அடைவதற்குள் சூடுபிடித்தது. நல்ல சூடு. சுடுவது கூடத் தெரியவில்லை. கையில் துளசியை ஏந்திக்கொண்டு ஓடுவது அதுவே முதல்முறை.

வாசலையடைந்தபோது, "பெருமாள் என்ன இப்டி ஓட வைக்கிறார் நம்மள"

என்கிற திருமொழியை உச்சரித்துக்கொண்டே ஓடினேன். என் முகத்தில் திருப்பாற்கடலின் எழுச்சி. உள்ளங்கையில் அடங்கியிருக்கும் துளசிச்சரம் சிறுமலையாக என் கையையும் உயர்த்திக்கொண்டே ஓடவைத்தது.

முதன்முதலில் வரதராஜ பெருமாளைப் பார்க்க வந்தது. எந்தப் பக்கம் பெருமாளிருக்கிறாரென்றே தெரியவில்லை. எனக்கு முன்பு ஒருவர் வேகமாக நடையைக்கட்ட, இளஞ்சிவப்பு நிற சட்டையும் வேஷ்டியையும் உடுத்தியிருந்தார். சிறிது தொலைவு சென்றதும் மண்டபவெளியிலமர்ந்து பேசிக்கொண்டிருந்தவர்களை அணுகினேன். விசாரித்தேன். அவர்கள் கைகாட்டிய பக்கம் ஓடினேன். முன்பு நடந்தவரும் அதே வழியில் முன்னேறிக்கொண்டிருந்தார். அவர் கையில் அர்ச்சனைத் தட்டு. இன்னொரு இடத்திலமர்ந்திருந்தவர்களையும் அணுகினேன். விசாரித்தேன். அவர்கள் சொல்கிற வழியில் ஓட நினைத்தபோது, வழியில் நீர் தேங்கிய பரப்பு நிதானமாக்கியது. இந்த இடைவெளியில்தான் இளஞ்சிவப்புச் சட்டைக்காரர் எங்களை வழிநடத்துவது போல வாங்கயென்றுவிட்டு வேகமாக நடந்தார். அவர் பின்னே ஓட, நேராக ஒரு சன்னதியில் போய் நின்றார். இரு கரங்களையும் மனதிற்கு நிறைவாகக் கூப்பியபடி வணங்கத் தொடங்கினார். அவருக்கு எதிராக நானும் போய் நின்று வணங்கத் தொடங்கினேன். ஒருவேளை இங்கு பெருமாள் இப்படித்தான் சிறிய கருவறையில் வைக்கப்பட்டிருப்பார் போல. கருவறைக் கட்டிடத்தை ஒருமுறை நோட்டமிட்டபோது சதுர அடுக்காகத் தோன்றியது. வித்யாசமான முறை. அமைதி நிலவியது. அவர் திரும்பவும் எதார்த்தமாக ஒரு எண்ணம். இல்லையே, இப்படியா இருப்பார் வரதராஜபெருமாள்? என்னருகில் உடன் வந்தவர்கள் வணங்கத் தொடங்குவதற்குள் கருவறையில் ஒட்டப்பட்டிருந்த பெயர்பலகைத் தெரிந்துவிட்டது. அழகிய சிங்கர்.

அந்த மனிதர் வேகமாகத் திரும்பும்போதே நினைத்தேன். மீண்டும் அவர் நடையைக் கட்டிக்கொண்டு, சுற்றி வளைத்து ஒரு படிக்கட்டு வரிசையில் ஏறும்போதுதான் தெரிந்தது. பெருமாளென்றால் சும்மாவா. இன்னுமல்லவா போகவேண்டுமென்று. அவர் படிக்கட்டேறி உள்ளே விரைந்து போய்க்கொண்டிருந்தார். மூச்சுவாங்கத் தொடங்கியது. கீழே

விழவைத்துவிடுமளவிலில்லை. ஏறி முடித்ததும் உள்ளே ஒரு நுழைவு நேராகப் பார்த்தால் செங்குத்தாக ஒரு படிவரிசை சொல்லாமல் கொள்ளாமல் மேலேறுவது தெரிய பித்தளைப் பூண்கள் பதித்த அருமை. நிற்க ரசிக்க வைக்க, வலது புறம் இன்னுமொரு படிவரிசை திடுதிப்பென்று ஏறிப்போகிறது. வாய்ப்பேயில்லை. வலதுபுறத்தில் ஏற நேரமில்லை. ஒரு கணம் தாமதித்தபோது, அனுமதி வாங்கிக்கொள்ள விரும்பினேன். படிவரிசையை வணங்கிவிட்டு நகர்ந்து ஓடினேன். மூச்சு வாங்கியது. கட்டிய புடவையோடு மூச்சு வாங்க ஓடுவதும் சுகாதீனமாகத்தானிருந்தது.

இடதிலிருந்து வலமாகச் சுற்றி கருவறைக்கு முன்பு வந்து நின்றால், உயர்ந்த ஸ்தானத்தில் நிற்கிறார் பெருமாள். பின்தொடர்ந்தவர்கள் எல்லோரும் குழுவாக நின்றபோது மாஸ்க்குகளைக் கழற்றிவிட்டபோதும், பெருமாளின் பாத அடிவாரத்திலமர்ந்திருந்த அர்ச்சகர்கள் எங்கள் யாரையும் ஒன்றும் சொல்லவில்லை. அவர்களில் ஒருவர் ஒரு நொடி கண்ணோடு கண் இடிபடாமல் மோதிக்கொள்ளாமல் நேர்கோட்டில் சந்தித்த வேகத்திலேயே திரும்பினார். அவர் முகத்தில் சாந்தம். பட்டையான நெற்றி.

பெருமாளுக்கு முன்பு வெகுநேரம் நிற்பதாகத் தோன்றி மற்றவர்களைக் கவனித்தேன். யாரும் நகர்வது போலில்லை. நகரவும் விடாதவாறு வழிமறித்து நின்றிருந்தார்கள். அனேகமாக நான்தான் நகரும் வரிசையை தொடங்க முற்பட்டிருப்பேன். அர்ச்சகர் ஒத்துழைத்தார். நகரும்படி பிரஸ்தாபித்தார். நகர நகர கீழே மூங்கில் கூடையில் போடப்பட்ட துளசிகளை அவரவர் எடுத்துக்கொள்ளுமாறு அறிவுறுத்தப்பட்டது. என் பங்கு வருகிறபோது இரண்டு கண்ணிகளுக்காக ஒரு சரத்தில் தெரியாமல் கை வைத்துவிட்டேன். அது நகரவிடவில்லை. ஒருமுழச்சரம் கொஞ்சம் கண்ணிகள் விடுபட்டு, நேரடியாக கூடைப் பின்னலோடு மாட்டிக்கொண்டது. அதைவிடவும் மனசில்லை. விட்டுவிடாமல் கையோடு எடுத்துவிடலாமென்று நிமிர்ந்தபோது, அங்கிருந்தவர் ஒன்றும் சொல்லாதவராக அமர்ந்திருந்தார். இது எனக்குத்தான். இழுத்தேன் வந்துவிட்டது. திரும்பிவருகிறபோது கண்ணிகள் விடுபட்ட நாரளவிற்கு நிறைவு. என் கைக்கு கை மட்டுமே சரம்.

அம்பிகாவர்ஷினி | 67

இனி ஒருவித திருப்தி நிலவியது. கருவறைக்கு வெளியே நிதானமாகச் சுற்றினோம். பாதை எங்கு ஆரம்பித்து எங்கு முடிகிறதென்று தெரியவில்லை. கட்டமாக வளைந்து வேறொரு நீளப் பிரகார வழியில் இட்டுச் சென்றது. திரும்பினோம். நடையில் அவ்வளவு நிதானம். வெளியே செல்லும் பாதையைக் காணவில்லை. கட்டம் போகிற போக்கில், நீளம் போகிற போக்கில், நடந்து திரும்பினால் மீண்டும் அதே கருவறைக்கு முன்பு வந்து நிற்கிறோம். ஒரு கணம் பின்வாங்க,

மீண்டும் வந்துவிட்டோமே. தவறாக வந்துவிட்டோமோ?

வழியில்லை. பெருமாள் சிரிக்கிறார். அவரைப் பார்க்கவைக்க அவரே இன்னொரு முறையும் அழைத்துக்கொண்டு வந்து நிறுத்தியிருக்கிறார். சிரிப்பு அடக்கமுடியவில்லை. நன்றாகவே வேடிக்கை காட்டுகிறார். தத்ரூபமென்று சொல்வார்களே. பெருமாளை பலவருடங்கள் கழித்து வரதராஜனாக இடுப்பில் பஞ்சகச்சத்தோடு நின்றகோலத்தில் கண்டுவிட்ட, இல்லையில்லை காணச்செய்த விளையாட்டை தோன்றியதை உணர்ந்தேன்.

அவர் பார்த்துக்கொண்டேயிருந்தார். அவர் பார்த்தார். உயர்ந்த வடிவத்தில் நின்றிருந்தார். கீழே தலையை லேசாகக் குனிந்ததுபோலப் பார்த்தார்.

கானல் நீர்

கண்களைமூடி இந்தப் பதினோரு மணி வெய்யிலில் நிற்பதும் சுகமானதாகத் தானிருக்கிறது. தாழ்வாரத்திலிருந்து நிழல் இறங்கிப் படரத் தொடங்கிவிட்டது. வாசலில்தான் நின்றுகொண்டிருக்கிறேன். நிழலைப் பார்த்து நின்றுகொண்டேன்.

கிழக்கு பார்த்து மந்திரங்களை முணுமுணுக்கத் தொடங்கினேன். சூரியன் உச்சிக்கு ஏறிக்கொண்டிருந்தார். அவருக்கு அவரது வேலை முக்கியம். எனக்கு எந்த வேலையுமில்லை. நேர காலமுமில்லை. மந்திர ஒலிப்புகளிடையே அவன் முகம் தெளிவாக வந்துபோகிறது. இதற்கு முன்பு அமைதியில் நிறைந்திருந்த உணர்வு பிரதிபலித்திருக்கிறது. அவன் தெளிவற்றவன். முடிவுகளை எடுக்கத் தெரியவில்லை. குழப்பங்கள் இந்நேரத்திற்கு அவனைச் சூழ்ந்திருக்க வேண்டும்.

நேற்று பேசிப்பேசி என்னத்தைக் கண்டேன். இதோ இப்போது கண்களை மூடிச் சலனமில்லாமல் அமைதியைத் தேடி நிற்கிறேனே, அதில் வந்து தத்துவமாகக் கடந்து போகிறான். இவன்தான் யார்? இவனுக்கு என்ன வேண்டும்? இவனுக்கும் எனக்குமிடையில் என்னயிருக்கிறது? அவன் யாரோ நான் யாரோ? அவனிடம் நேற்று சொல்லிவிட்டேன். இது ஏன் இப்படியிருக்கிறது.

அவனும் நானும் பேசத் தொடங்கினோம். அவனுக்கு என் கண்களைப் பற்றி எந்த அக்கறையுமில்லை. ஊடுருவவில்லை. அவனுக்குக் காதுகள் கூர்மையென்று நான் வேகமாகப் பேசும்போதே தெரிந்து கொண்டேன்.

முதல் காதலைப் பற்றித்தான் உன்னிடம் சொல்லவந்தேன். "தாராளமாக" என்பதுபோல காதுகளை அகல விரித்துக் கொண்டான். அவன் கண்கள் எனக்குப் புலப்படவேயில்லை. அவனுக்கும் எனக்குமுள்ள நூலளவு வித்யாசம். இருவருக்கும் வேறுவேறு பார்வைகள். நான் இப்போது பார்க்கத் தொடங்கினேன். அவன் கேட்டுக்கொண்டிருக்கிறான்.

அவன் பெயர் கல்யாண். பெயரைச் சொல்லும்போது நாக்குக் குழறியது. இன்னொரு முறை தெளிவாகச் சொன்னேன்.

"கல்யாண்."

"ஓ..."

பதினாறு வயதில் முதன்முதலாகப் பார்த்தது. ஆண்கள் மீது சிடுசிடுவென்று எரிந்து விழுபவள். இதுவொரு வட்டம். எனக்கு நானே போட்டுக்கொண்டது. அவனைப் பார்க்கிறவரை அந்த வட்டத்தில் ஆண்கள் என்கிற இனத்திற்கு இடமில்லாமல் போயிருந்தது. அறிமுகமானான். பெயர் தெரிந்தது. நடை பிடித்திருந்தது. நடையில் ஒரு ஸ்மார்ட்னெஸ். பிடித்திருந்தது. வேகமாகக் கைகளை வீசி நடப்பது போலிருக்கும். ஆனால் ஒவ்வொரு அடியையும் அழுத்தி அழுத்தி வைத்து எடுப்பது போல ஒருஈர்ப்பு பின்தொடரத்தூண்டும். எங்கள் பள்ளி வளாகத்தின் எஸ்.பி.எல். கூடுதலாக ஈர்ப்பு காட்ட, வேறெந்த பலமும் இருக்கிற பதவியைத் தவிர தந்துவிடமுடியாது.

எதிர்படுகிறபோது நடுங்கும் உணர்வை பத்திரமாக ஒதுக்கிக்கொண்டு போவேன். திரும்பிப் பார்ப்பேன். அவன் அசாதாரணமாகக் கடந்து செல்வது போலிருக்கும். அவனும் அப்படிப் பார்ப்பானா? இல்லை. அவனுக்கு என்னைப் பார்க்கப் பிடித்திருக்கிறது. பழகும் எண்ணமில்லை.

எங்கள் பள்ளியில் பதினொன்றாம் வகுப்புகள் ஒவ்வொரு துறையாக ஒரு வரிசையிலும், எதிர் வரிசையில் பனிரெண்டாம் வகுப்புகள் ஒவ்வொரு துறையாக ஒரே வரிசையிலும், இரண்டு

வரிசைகளுக்கு மத்தியிலும் பன்னீர்ப்பூ மரங்கள் உயரமாக வரிசையாகவும் நிற்கும். இப்போது நினைவிலிருப்பதெல்லாம் பன்னீர் மரங்களுக்குக் கீழ், பூக்கும் காலத்தில் உதிர்ந்து மணக்கும் வெள்ளைப் புஷ்பங்கள்தானே தவிர வேறெதுவுமில்லை.

முதல் காதலைப் பற்றித்தான் பேச வந்திருக்கிறேன். அவன் கவனமாக கேட்பதில் ஆர்வமாகயிருந்தான்.

நானும் கல்யாணும் காதலிக்கத் தொடங்கியதிலிருந்து அவனுக்கும் எனக்கும் வந்துபோன சண்டை சச்சரவுகள் தொடங்கி நிறைய மனமுடைப்புகள் பற்றி பகிர்ந்துகொண்டிருக்கிறேன். தோராயமாகத்தான். என்னால் முழுக்கதையையும் சொல்ல முடியாது. கேட்பதற்கு உனக்கு நேரமிருக்கலாம். பார்ப்பதற்கு நான் தயாராகயில்லை.

கல்யாண் தொடர்கிறான். இளங்கலை படித்து முடிக்கும்வரை எங்களிருவருக்குமான சண்டைகளும் சச்சரவுகளும் ஓயவேயில்லை. நாங்கள் தினமும் பேசிக்கொள்வதில்லை. அப்போதெல்லாம் நினைத்த மாத்திரத்தில் அலைபேசிக்கொள்ளும் வாய்ப்புகள் இருவருக்குமேயில்லை. சென்னையில் வேலை பார்த்துக்கொண்டிருந்தான். படிப்பை முடித்துவிட்டு முதுகலைப் படிப்பிற்கு ஹாஸ்டலுக்குப் போய்விட்டேன். கல்யாண் பேசினானே தவிர, அவனிடம் பழைய சண்டைபோடும் தலை எந்த இடத்திலும் எட்டிப் பார்ப்பதில்லை. நானும் அவனோடு ஒட்டவில்லை. புதிய இடம் புதிய சூழல். புதிய நண்பர்கள். எல்லாவற்றோடும் கலந்திருந்தேன். கல்யாண் அதே வேலையில். அதே கம்பெனியில். அதே நண்பர்களோடு.

ஒரு நாள் இரவு அவனிடமிருந்து எந்த அழைப்பும் வரவில்லை. இல்லையென்றால் நானே அழைத்திருப்பேன். அவன்அழைக்காவிட்டால் என்ன. எங்கள் கைகளில் இப்போது அழைத்துப் பேசுமளவிற்கு மொபைல்கள் இருந்தன. இந்த உள்ளுணர்வு பாடாய்ப்படுத்தியது. அவன் என்னைவிட்டு விலகுவதை, ஒரு நாள் இரவில் அவன் அழைக்காதபோது எப்படிக் கண்டுணர்ந்தேன்? நானும் பிரிவிற்குத் தயாராகிவிட்டிருந்தேனா? அவனுக்கு மெசேஜ்கள் அனுப்பினேன். பதில் எதுவும் வரவில்லை. இரண்டு மூன்று அழைப்புகள். மீண்டும்

அவனிடமிருந்து உடனடி அழைப்புகளில்லை. சரிதான். இனி அவன் பேசப்போவதில்லையென முடிவுகட்டிக்கொண்டு கடைசியாக ஒரு தகவலென அனுப்பி வைத்தேன்.

எந்த ரிலேஷன்ஷிப்பிலும் புரிதல் இருக்க வேண்டும். இல்லாவிட்டால் அது விரிசலில்தான் போய் முடியும். இப்படியே நாமிருந்தால் இது உறவுமுறைக்கு சரிவராது.

அவன் ஏற்கனவே முடிவு செய்திருப்பதை நான் கடைசியாகச் சொல்லிவைத்திருக்கிறேன். அவன் இந்தத் தகவலுக்குப் பின்பு எப்போதும் வரவில்லை. ஆண்டுகள் கடந்து வந்தான்.

தொலைந்தவர்களை, அதிலும் கொஞ்ச தூரத்தில் தொலைந்துபோனவர்களை, எப்படியாவது ஒன்று சேர்த்துவிடும் உத்தி முகநூலுக்குச் சொல்லிக்கொடுக்கப்பட்டிருக்கிறது. அது மீண்டும் கல்யாணை அறிமுகப்படுத்தியது. அவன் பொறுப்பானவனாகயிருந்தான். நிறைய நிதானம். முன்பு போலில்லை. பேச்சில் கவனம்கூட இடை இடையே இடைவெளிகளை நிரப்புவதை உணரமுடிந்தது.

எனக்குக் கேட்கத் தோன்றவில்லை. இப்போது காதுகளைக் கூர்தீட்டிக் கொண்டிருப்பவனும் என்னோடு சேர்ந்தே கேட்கிறான். கல்யாணிடம் கேட்டுவிட்டேன். விட்டுப் போனதற்குக் காரணம்? மற்றபடி வருத்தமுமில்லை கோபமுமில்லை. அவனிடம் இப்போது பேசுவதே தேவலாமென்றிருந்தது. கல்யாண் இப்போது ஒரு பெண்ணைக் காதலிப்பதாக அறிமுகப்படுத்தினான். ஊர்க்காரப் பெண். அவன் வேலை பார்க்கிற சென்னையில் படிக்கவந்த பிள்ளை. இவன் மீது சின்ன வயதிலிருந்தே காதலாம். அவனுக்கும் பிடித்துப்போனதற்குக் காரணம் பால்ய காதல் மட்டுமில்லை. ஊர்க்காரப் பிள்ளை. அது அவனுக்கு முக்கியமாகப்பட்டிருக்கலாம். அவர்களுக்குள் புரிதல் இருந்திருக்கவேண்டும். திருமணம் செய்யப்போவதாக காதலிக்கிற பெண்ணை இரண்டாவது முறையாக அறிமுகப்படுத்தினான். எனக்கு வருத்தமுமில்லை. வலியுமில்லை. அவன் என்னைவிட்டுப்போன இடத்தில் நான் நின்று கொண்டிருக்கவுமில்லை. பிரிந்ததற்கு இப்படியொரு காரணமிருக்குமென்பதை மட்டும் மன்னிக்க முடியவில்லை.

ஆனால் அவன் திருமணத்தில் எனக்கும் சேர்த்து எதிர்பார்ப்பு கூடியிருக்கிறது. காதல் திருமணமில்லையா!

காதலுக்கு எங்குதான் எதிர்ப்பில்லை. அவன் பேசப்போன காதலி வீட்டில் எதிர்ப்பு. ஸ்டேட்டஸ் ப்ராப்ளம். அவர்கள் வீட்டில் இவனை ஒத்துக்கொள்ளவில்லை. ஒரே ஊர்க்காரர்களிடமிருக்கும் இன்னொரு பிரச்சனையிது. சரியான புரிதலாகவே வந்துநிற்கும். காதலென்றால் முட்டி மோதி நிற்கும். அவன் எவ்வளவோ தன்னை முன்னிலைப்படுத்திச் சொல்லியும் பெண் வீட்டில் ஏற்றுக்கொள்ளவில்லை. அடுத்தென்ன எனக்குதான் அழைத்தான். மொபைல் மட்டும் இல்லாவிட்டால் அழைப்பதற்கு ஆட்களே இருக்க மாட்டார்கள்.

இரண்டாவது முறையாக, இல்லையில்லை அவனுக்கு முதல்முறையாக காதல் தோல்வி. குடித்துவிட்டுப் புலம்புவான். புலம்புகிறபோது அவளின் பெயரைச் சொல்லிவிடுவான். அவளிடம் கெஞ்சுவது போல என்னிடம்.

குத்திக்காட்டவெல்லாம் தோன்றவில்லை. இது அவனுக்குக் கிடைத்த பதில். யாருக்கோ அவன் கொடுக்காத பதிலுக்குக் கிடைத்த பதில்.

இன்னும் கேட்டுக்கொண்டேதானிருக்கிறான் இவன். நான் கதையை இன்னும் முடிக்கவில்லையே. கதையில் திருப்புமுனை வந்துவிட்டது. இன்னொன்றும் இருக்கிறதே.

சரண்யா போனபிறகு தொடர்ந்து நட்பிலிருந்தான். நட்பா? காதலா? வேடிக்கை காட்ட ஒன்றுமில்லை. நட்பென்று முழுமையாகச் சொல்லிவிட முடியாது. அதுக்கு இலக்கணமிருக்கிறது. காதலென்றால்? துளியும் அந்த எண்ணமில்லை. பிறகு? வெல் விஷரானான். வெல் விஷருக்கு எப்போதாவது என்மீது காதல் வந்துபோவதுண்டு. காதல் வருகிறபோதெல்லாம் கல்யாணம் பண்ணிக்கலாமா என்பான். காதலில் உருப்படியில்லாதவன் திருமணம் பேசப்போய் தோற்றுவந்தவன். இதெல்லாம் கண்முன்பு வருவதில்லையென்றாலும் நம்பிக்கையில்லை. அவன் வெல் விஷ்கள் தொடரவே விரும்பினேன்.

அம்பிகாவர்ஷினி | 73

மூன்றாண்டுகள் ஓடியது. அக்காவிற்குத் திருமணம் நிச்சயித்துவிட்டதாக மகிழ்ந்தான். நேரில் பார்த்து பத்திரிக்கை தரவேண்டுமென்றான். அப்போது அந்த சந்திப்பு தேவையாகயிருந்தது. பேருந்து நிலையத்தில் சந்திப்பதாக முடிவெடுத்தோம்.

பேருந்து நிலையத்தில் காத்துக்கொண்டிருந்தவனை அடையாளம் கண்டபிறகு பார்த்துக்கொண்டேயிருந்தேன். அருகில் போகவேண்டும். நான் வந்துவிட்டது அவனுக்குத் தெரியவில்லை. கைகளைக் கட்டிக்கொண்டு வேடிக்கை பார்த்துக்கொண்டிருந்தான். அவன் அணிந்திருந்த சிவப்புச் சட்டையிலிருந்து கண்களை எடுக்கமுடியாமல் பக்கத்தில் போனேன். செல்ஃபி எடுத்துக்கொள்ளலாமென்றபோது தடுக்கவில்லை. எந்தத் திட்டவட்ட அறிவிப்புமில்லாமல் இருவரும் ஒரே வண்ணத்தைத் தேர்வு செய்திருந்தது பிடித்துவிட்டது. அது கவர்ச்சியும் கூட. இது பள்ளிக்கூடத்தில் வந்த இனக்கவர்ச்சியல்ல. அவனை மீண்டும் விரும்புவதற்கு சிவப்பு வண்ணம் ஒரு தொடக்கம். சிவப்பில்தான் ஈர்ப்பு.

பயணிகள் காத்திருக்கும் ஸ்டீல் பெஞ்சில் அமர்ந்து பேசிக்கொண்டிருந்தோம். சிவப்பு உடையில் வந்திருந்தேன். அவனும் அதே வண்ணச் சட்டை. பத்திரிக்கையைக் கொடுத்தான். முதல் காதலுக்குரியவன் வெல் விஷராகத் தொடர்கிறவனென்கிற மரியாதை ஊறிக்கொண்டேயிருந்தது. இவன் எப்போதும் என்னோடு இருக்கப் போகிறவன். செல்ஃபி எடுத்துக்கொள்ளலாமென்றான். அதைப்பதிவு செய்துகொள்ள நானும் விரும்பினேன். பத்திரிக்கை என் கையிலிருந்தது. அதைப் பிரித்தபடியிருந்தேன். அவனை என்னுடைய முக்கியஸ்தராக முகநூல் உலகிற்கு அறிமுகம் செய்தேன்.

அக்காவின் திருமணத்தில் வைத்துதான் எனக்குக் கல்யாண்மீது காதல் வந்திருப்பதை உறுதிசெய்ய முடிந்தது. அவனைக் கடக்கிற போதெல்லாம் உதறுகிற உணர்வை ஏகபோகமாக அனுபவித்தேன். அவனால் இந்தக் காதலைப் புரிந்துகொண்டிருக்க முடியுமா? முடியாதென்று புத்தி சொல்லும். மனம் நம்பியது. அவனுக்கும் காதலிருக்கிறது.

விஷேசமெல்லாம் முடிந்து ஒருநாள் விருப்பத்தைத் தெரிவித்தேன். அவன் நிராகரிப்பதைப் போல பின்வாங்கினான். இரவுப் பொழுது. அவன் மறுப்பதை தவிர்க்கமுடியாமல் இங்கும் அங்கும் அல்லாடுவதை பொறுத்துக்கொள்ள முடியவில்லை. அவன் நம்பிக்கைக்குரியவனா? இப்போது அதுதான் வேண்டுமா? காதலா?

வார காலம் ஓடிவிட்டது. இருவருக்குமிடையில் ஊடாடுகிற அல்லல்பாட்டை அவனே உடைக்க முடிவு செய்திருந்தான். விருப்பத்தை ஏற்றுக்கொண்டான். திருமணம் செய்துகொள்ளலாமென்கிற முன்முடிவோடு காதலிக்க ஒப்புக்கொடுத்தான். அவனிடம் இந்தப் பதிலைத்தான் எதிர்பார்த்தேன். காதலோ அவன் செய்துகொள்ளப்போகிற திருமணமோ எனக்கிப்போது எந்த ஆறுதலையும் தந்திருக்காது. அவன் விரும்பினான். நான் நம்பினேன்.

மாதங்கள் கழிந்து ஈர்ப்பு குறையத்தொடங்கிவிட்டது. திருமணம் பற்றிப் பேச ஆரம்பித்தேன். அவன் எனக்குக் கொடுத்திருந்த முன்முடிவை அறவே மறந்திருந்தான். காதலைக் கூட இப்போது அவன் பெரிதாக எடுத்துக்கொள்ளவில்லை. நானும் அவனும் ஒரு கமிட்மென்ட்டில் பேசிக்கொண்டிருக்கிறோம் எனக்காகவும் அவனுக்காகவும். எங்களைச் சுற்றியிருப்பவர்களுக்காகவும் முகநூலுக்காகவும். அவன் வடிந்திருப்பது புரியத் தொடங்குகிறபோது, எனக்குப் பிடித்துக்கொள்ளத் தோன்றியது. இழுத்தடித்தவன் ஒரு கட்டத்தில் வீட்டிலுள்ள பெரியவர்களை அழைத்துக்கொண்டுவந்து திருமணம் பேசிவிட்டுப் போனான். அந்த ஒப்புதல் கூட்டத்தில் அவனது அக்காயில்லை. குழந்தை பிறந்து சில மாதங்களாகியிருந்தன.

திருமணம் குறித்துவிட்டுப்போன தேதியிலிருந்து, "கேட்டுட்டுத்தானிருக்கிங்களா. நான் சொல்றது உங்களுக்குப் புரியுதா? வேமா பேசுறேன்."

"கேக்குதுமா... சொல்லு..."

இவன் கவனமாகயிருக்கிறான். சேலையெடுக்கப் போயிருந்தோம். ஆற்றைக் கடந்து பட்டுநெசவு நடக்கிற ஊர். அங்கு பட்டு பிரபலமென்றார்கள். கல்யாண் அக்கா நான்

அவர்கள் வீட்டிற்குப் போனதிலிருந்து புடவை எடுத்துவிட்டுத் திரும்பும்வரை ஒருவார்த்தைகூட பேசவில்லை. முகம் கொடுக்கவில்லை. அங்கிருந்தவரை குற்றவாளியாக உணர்ந்தேன். நான் எந்தத் தவறும் செய்யவில்லை. என்னை அவர்களுக்குப் பிடிக்கவில்லை.

சொல்ல மறந்துவிட்டேன். அவனுடைய அக்கா போலிஸ்.

இந்த அவமானத்தைப் பொறுத்துக்கொள்ளவே முடியவில்லை. அறைக்குள் இருப்புக் கொள்ள முடியாமல் தவித்தேன். கல்யாணுக்கு அழைத்து விவாதிக்கத் தொடங்கிவிட்டேன்.

வீட்டில் அவனுக்காகச் சம்மதித்தார்களாம். என்னை அவர்களுக்குப் பிடிக்கவில்லையாம். அவனுக்காக இந்த சங்கடங்களைப் பொறுத்துக்கொள்ளும்படி கூறினானே தவிர, என் அவமானத்தை அவனால் புரிந்துகொள்ள முடியவில்லை. கன்வின்ஸ் பண்ணுவதில் குறியாகயிருந்தான். எனக்கு காதலுமில்லை. கல்யாணுமில்லை. அவமானம்தானிருக்கிறது. உடைந்து போனேன். படுத்த படுக்கை அழுந்தியது. சொல்லிப் புரியவில்லை. ஆறுதல் வார்த்தைகளைக் கேட்டுக்கொள்கிறேன். உம் கொட்டினேன். அழைப்பைத் துண்டித்தான். நான் தகவல் அனுப்பினேன்.

எனக்கு இந்தக் கல்யாணம் வேண்டாம்.

தெளிவாகயிருந்தது. உறங்கிப்போனேன். இரவு குரூரமானது. சில நேரங்களில் நம்மை வெளிச்சம் போட்டுக்காட்டிவிடும். நான்கு மணியிருக்கும் விழிப்புத் தட்டியது. அவனிடமிருந்து எந்த பதிலும் வந்திருக்கவில்லை. அழைத்தேன். கனத்தமௌனம். அதன் பின்னிருந்து அவன் குரல்,

“சொல்லு.”

நான் கேட்பதற்கு, அவனிடமிருந்து என்பக்க நியாயத்திற்கு பதிலில்லை. அனுப்பிய கடைசித் தகவலைத் தூக்கிப்பிடித்தேன். ஒரே போடாக போட்டு உடைத்தான்.

அறையின் பின்வாசல் கதவைத் திறந்து உட்காரத் தோன்றியது. அதிகாலையிருள் குளிர்ச்சியாகயிருக்கும். இந்த

உலகம் எப்படிப்பட்டதென்று எனக்கு இப்போது தெரிய வேண்டும். உலகமே இருளில் மூழ்கிக் குளிர்ந்துபோயிருக்கிறது. நான் மட்டும் தனித்துவிடப்பட்டிருக்கிறேன். உடலில் எங்கோ ஒரு இடத்தில், உயிர் சுளுக்குப் பிடித்து விழுந்துவிட்டது. கண்களில் ஏமாற்றம். கைவிடப்பட்ட உணர்வு. தோற்றுப்போயிருந்தேன். ஆம் நான் தோற்றுவிட்டேன். இந்த உலகத்தின் முன்பு நான் தோற்றுப்போய்விட்டேன். என்னை யாராவது காப்பாற்ற வேண்டும். எனக்கு நீ வேண்டாம்... என்று அழைப்பைத் துண்டித்திருந்தான்.

இரண்டு வாரங்கள் பின்தொடர்ந்திருப்பேன். அழைப்புகள் மூலமாக. பயனில்லை.

"ப்ச்ச்... ரொம்பக் கஷ்டமாயிக்கு. எனக்குப் புரிது. உன்னோட பெய்ன். ரொம்ப மோசமான ஆளு. கண்டிப்பா அவன் வாழ்க்கயில ஒரு பெரிய கஷ்டத்த சந்திப்பான்." கனத்த மௌனத்திலிருந்து கூர்மையான காதுகளை விலக்கிப் பதில் வந்தது. நான் இவ்வளவு நேரம் பேசிக்கொண்டிருந்ததற்கு ஒரு அர்த்தம் வேண்டாமா?

கடைசியா கல்யாண் சொன்ன குட்பை எப்டியிருந்துச்சு தெரியுமா?

அவந்தான் இந்த உலகத்திலயே பெரிய நீதிமானா. எல்லாம் தெரிஞ்சவனா. அவன் செய்றதெல்லாம் சரி. எகத்தாளமா.

"இல்லம்மா கஷ்டமாயிருக்கு ரொம்ப. இப்டி ஒரு ஆள..."

"இருங்க இன்னும் கத முடியல."

குட்பை சொன்னதிலிருந்து ஏழெட்டு மாதங்கள் கழித்து அழைத்திருந்தான். குரல்பழக்கப்பட்டதாகயில்லை. யாரென்று கேட்டபோது கல்யாண் என்றான். அவசரமாக அழைப்பைத் துண்டித்து சுவிட்ச் ஆஃப் செய்து மொபைலைத் தூக்கியெறிந்தேன்.

அவன் விடவில்லை. இப்போதும் அழைத்துக் கொண்டுதானிருக்கிறான். நினைவு வரும்போதெல்லாம் அழைப்பான். எப்போதாவது இதுவும் அவனுக்கு வருகிறது. அவன் ப்ரதான நம்பர்களையெல்லாம் தடைசெய்து

வைத்துவிட்டேன். அவன் அழைப்பது வேறு வேறு ஆட்களின் அலைப்பேசிகளிலிருந்து. இப்படியழைப்பது அவமானமாகயிருக்கிறதென்று சொல்லியிருந்தான். அதையெல்லாம் நான் பொருட்படுத்துவதேயில்லை. அவன் எண்கள் எனக்கு முக்கியமில்லை.

மூன்று மாதங்களுக்கு முன்பு கடைசியாக ஒருமுறை

சந்திக்கலாமென்றிருந்தான். வார்த்தைகளில் தெளிவிருந்தது. ஒப்புக்கொண்டேன். லாக்டவுன் ஆரம்பித்ததும் அப்போதிருந்துதான்.

இந்த வாரத்தில் சந்திக்கலாமென்று, லாக்டவுன் தளர்த்தபட்ட சில நாட்களுக்கு முன்பு அழைத்து உறுதிப்படுத்திக்கொண்டான். எனக்கு இந்த சந்திப்பு இப்போது அவசியமில்லை. அவன் வார்த்தைகளிலிருக்கும் தெளிவையுணர இரண்டாம்பட்சமாக ஒத்துக்கொண்டிருக்கிறேன்.

“இப்போ சொல்லுங்க. இது இப்டித்தானிருக்கு. அவன் ஏன் என்ன இப்டித் தொடர்ந்து வரான்? எனக்கு அவன் மேல எந்த விருப்பமுமில்ல.

கடைசிங்கறதுக்காக ஒத்துக்கிட்டேன்.”

“நீ போகத்தான் போற. அவன பாக்கதான் போற. அதையும் என்கிட்ட வந்து சொல்லதான் போற.”

“நீங்க நெனைக்கிற மாதிரி இல்ல.”

“இல்லமா. உன்ன நீயே ஏமாத்திக்குற. ஆசைகள்தான் காரணம். உனக்கு அவன்மேல இன்னும் ஆச இருக்கு. நீ போகதான் போற.”

“சரி. இத உங்க கருத்துகளா வச்சுக்கிறேன்.”

“நான் சொல்றதான் நடக்கும்.”

“உங்களுக்கு என்னால புரியவைக்க முடியாது. உங்க கருத்துகள்தான் இதுன்னு எடுத்துக்குறேன்.”

“ம்ம்ம்.”

“சரி உங்க நட்சத்திரமென்ன?”

"அதெல்லாம் இப்ப எதுக்கு. அதுக்கு இப்பதான் எந்த தேவையுமில்லையே."

"சரி. உங்களுக்குப் புரியல. நாளைக்குப் பேசுவோம்." அழைப்பைத் துண்டித்தபிறகு வாட்சப்பில் தகவல் அனுப்பினேன்.

'நீங்க என்ன விட்டுப்போறதிலயே ஆர்வமாயிருக்கீங்க. அப்டிலாம் இருக்காதிங்க. அதுக்குமேல உங்க விருப்பம். குட்நைட். நாளைக்குப் பேசுறேன்.'

அவன் மெசேஜைப் பார்க்கவில்லை. மனங்கொள்ளாத சமயத்தில் மொபைலை ஆஃப் செய்துவிட்டு தூங்கிவிடுவானாம். இப்போது தூங்கியிருக்கலாம். பேச விரும்பாதவனாகயிருக்கலாம். பதில் மட்டும் வரவில்லை. இது நான் எதிர்பார்த்ததுதான்.

மந்திர ஒலிப்புகளிடையே வந்துபோனது இவன்தானே தவிர அவனில்லை.

* * *

குதர்க்கம்

குடிகாரன் பேச்சு விடிஞ்சாப் போச்சு

வாக்கிங் போவதற்காக வந்து சில எட்டுக்கள் போட்டு நடந்துவிட்டு உட்கார்ந்திருந்தேன். மாடியில் எட்டுப் போட்டு நடக்க வசதியாக இரண்டு பில்லர்கள் நேருக்கு நேராக கொஞ்சம் இடைவெளி விட்டு எழுப்பியிருக்கும். பிறகென்ன? எட்டு நம் விருப்பத்திற்கேற்ப போட்டுக் கொள்ளலாம்.

வீட்டிற்குப் பின்னால் வீட்டையொட்டி வரிசையாகத் தேக்கு மரங்கள். அதற்குப் பின்னால் தென்னந்தோப்பு. இரண்டு பில்லர்களுக்கும் பொதுவாக ஒரு பில்லர் நடுவில் இல்லாமல் உட்தள்ளி. நிலா வெளிச்சம் எதிரில் இருக்கிற மாடிச்சுவர் மீது விழுந்து மலை வளைவுகளாக நிழல்கள். நிழலை விட வெளிச்சம் வசீகரமானது!

காற்று பலமாக வீசவும் மீண்டும் எழுந்து நடக்கலாமென்றிருந்தது. நடக்க ஆரம்பிக்கும் போதே திருவாளன் அழைப்பில் வந்தார். எனக்கும் வசதியாகப் போனது. தனியாக வேறு மாடிக்கு வந்துவிட்டேன். தவிர அவரிடம் பேசவும் வேண்டும்.

"என்ன பண்ற?"

"சும்மா மாடில வந்து உக்காந்துருக்கேன்"

"என்ன படிக்கிற?"

குறிப்பிட்டு இரண்டு மூன்று புத்தகங்களைச் சொன்னேன். வெடித்து விழுந்தார். அதெல்லாம் குப்பையென்றார். இரண்டு மூன்று புத்தகங்களில் ஒரு புத்தகத்தினுடைய ஆத்தர் பெயரை இரண்டு எழுத்தாகச் சுருக்கிச் சொன்னேன். அவர் பிறிதொரு மூத்த எழுத்தாளரின் பெயரை விவரித்துச் சொல்லி, "அவரா?" என்றார். "அவரில்லை" சமகாலத்திலிருக்கிற ஒருவரென்றேன். அவருக்கு வெடிப்பு எங்கிருந்து வருகிறதென்றே தெரியவில்லை. அறிவில்லை, அது இது என்று ஏகத்திற்கும் பொரிந்து தள்ளிவிட்டார்.

அவரை இப்போது எல்லோரும் அப்படித்தான் அழைக்கிறார்கள். அவருடைய நண்பர்கள் கூட அன்போடு அப்படித்தான் பதிவிடுகிறார்கள். அவரே கூட தன்னை அப்படித்தான் பதிவிடுகிறார். மனிதருக்குப் பொறுக்கவில்லை.

"நீ போய் கேட்டுப் பாரு. அவரோட நண்பர்களே காரித் துப்புவாங்க."

"நீ சொன்ன அந்த ரெண்டெழுத்துக்காரர் எப்பேர்பட்ட மனுஷன் தெரியுமா? பெரிய எழுத்தாளர். மிகப்பெரிய ஆளுமை."

"அப்பேர்பட்டவரோட போயி. ச்சை!" கலகலத்துப் போனேன்.

"உங்க கடையெல்லாம் திறந்தாச்சா. உங்க கடைலர்ந்துதான் வறீங்களா?"

"இல்லல்ல. நான் வீட்டுக்குப் போற வழில நின்னு பேசிட்ருக்கேன்."

"முகநூல்லலாம் நிறைய டைம் ஸ்பெண்ட் பண்ணாத. அது குப்ப. ஃபேஸ்புக்க தெறந்தாலே குப்ப."

"உங்களுக்கு இன்னிக்கு என்னாச்சு. இன்னைக்கு ஏன் இப்டிப் பேசுறீங்க?"

பதிலில்லை. அவர், அவர் கடையிலிருந்துதான் வந்திருக்க வேண்டுமோ? குடித்திருந்தால் மட்டும் திருவாளனுக்கு என்ன பேசுகிறாரென்பதே தெரியாது. ஒருமுறை அப்படித்தான் இரவு அழைத்துப் பேசியவர் ஏதேதோ உளற, அழைப்பைப் பட்டும்படாதபடி துண்டித்துவிட்டேன்.

மறுநாள் காலையில் அழைத்து,

"நேத்து ஒனக்கு கால் பண்ணனா. என்னா பேசுனேன்?" தெரியாதவர் போல் கேட்டதால்,

"ஒண்ணும் பேசலையே."

காட்டிக்கொள்ளவில்லை. அவரது அலைப்பேசியில் என்னிடம் பேசிவைத்துவிட்ட மணித்துளிகளைக் குறித்துக்கொண்டு,

"இவ்ளோ நேரம் பேசிருக்கேன். ஒண்ணுல்லன்ற."

"ஒண்ணுமில்ல."

இப்போது அப்படித்தான் பேசிக்கொண்டிருக்கிறார். கடைசியாக ஒரு பெயரைச் சொல்லி அந்த நபரின் அறிமுகத்தைப் பற்றிச் சொன்னேன்.

உப்புப் பெறாத புத்தகத்தக்கூட என்னால பேசமுடியும்.

அழைப்பைத் துண்டித்துவிட்டு நிம்மதியாக உணர்ந்தேன். எனக்கு ஏதோ சொல்வதற்காக வந்திருக்கிறார். எனக்குத் தேவைப்படுகிற ஏதோ ஒன்றை அல்லது பலவற்றைச் சொல்லியிருக்கிறார். காற்று பலங்கொண்ட மட்டும் வேரோடு பெயர்ந்து, ஒன்றல்ல இரண்டல்ல மரங்கள் மொத்தமுமாக.. பயம். மாடியைவிட்டு இறங்கினேன்.

இரவெல்லாம் குப்பைகளைப் பற்றியே யோசனைகள். திருவாளன் அறிவுரையாகப் பேசினாரா? எனக்கு நானே மெச்சிக்கொண்டேன். அவர் எனக்குத் தேவையான அறிவுரைகளைத் தந்திருக்கிறார்.

காலையில் எழுந்ததும் முகநூலைத் திறந்தேன். ஒரு கவிதை எழுதினேன். ஒரு எண்ணம் பதிவிட்டேன். வாசிக்கப்பட்ட என் கவிதையொன்றின் காணொலியை அப்லோட் செய்தேன்.

* * *

வரன்

ருக்குமணி மாமிதான் அழைப்பது. நெட் கனெக்ஷனை ஆஃப் செய்துவிட்டு கதை எழுதிக்கொண்டிருக்கிறேன். கதை

எழுதினால் அது சாமானியத்தில் முடிகிற காரியமா? ருக்குமணி மாமிக்கு என்ன வேண்டும்? திரும்பத் திரும்ப அழைக்கிறாள். கொஞ்ச நேரத்திற்கு முன்புதான் அம்மாவிடம் பேசச் சொல்லிக்கொடுத்தேன்.

மாப்பிள்ளையோட அம்மா தர்மாம்பாள் சொன்னதாக அறிமுகப்படுத்திக்கொண்டு பேசினாள். "பையன் என்ன பண்றாரு?" இழுத்தாள். பிறகு தொடர்ந்து சரி.. சரி.. சரி என்று டிக்கடித்துக்கொண்டேயிருந்தாள். வாட்சப்பில் எல்லாம் அனுப்பி வைப்பதாக எதிர்முனை சொல்லியிருக்கிறது.

அதற்குள் அனுப்பி வைத்துவிட்டாளா. இத்தனை கால்கள்.

எடுக்கவில்லை. அடுத்தது தர்மாம்பாள் அழைப்பாள். எனக்குத் தெரியும். மாமி அங்கு அழைத்து கம்ப்ளைண்ட் பண்ணியிருப்பாள்.

ஃபோனே எடுக்கல்ல.

எங்கு ஓடிப்போகப்போகிறேன். இதோ தர்மாம்பாள் அழைக்கிறாள். ஒருமுறை அழைத்துவிட்டு விடமாட்டாள். என்னவோ ஏதோவென்று நினைக்கும் அவசரம்.

மீண்டும் அழைத்தாள். தர்மாம்பாளுக்கு என்மீது கோபம் மூண்டெழும். அவமரியாதை செய்வதாக நினைப்பாள். அவள் இதுவரை அனுப்பிய எந்த வரன்களுக்கும் நான் ஒத்துப்போகவில்லை. இல்லை இல்லை எனக்கு அவையெல்லாம் ஒத்துப்போகவில்லை.

நேற்றிரவே அழைத்து "ஜாதகம் பாத்தாச்சா?"

"கும்ப ராசி எனக்கு ஒத்துப் போகாதுன்னு வீட்ல சொல்றாங்க."

"இல்ல. மாமி கேட்கச் சொன்னாங்க."

எனக்கு அவளது சங்கடம் புரியத் தொடங்கியது.

சரி அவங்க நம்பர் அனுப்புங்க. அம்மாட்ட பேசச் சொல்றேன்.

நம்பர் அனுப்பி வைத்தாள். உடனே அழைத்துப் பேசத்தோன்றவில்லை. உண்மையில் இந்த வரனை அவள்

அம்பிகாவர்ஷினி | 83

அனுப்பிவைத்து இரண்டு நாட்களுக்கு மேலாகிவிட்டது. அதற்குப் பிறகுதான் நேற்றிரவு கால்.

கதை எழுதிவிட்டேன். ஸ்பெல்லிங் மிஸ்டேக்குகளை பிறகு திருத்திக்கொள்ளலாம். காப்பி செய்து ஈமெயில் டிராஃப்ட்டில் போட்டுவிட்டு தர்மாம்பாளுக்கு அழைத்தேன். உம்மென்று ஆரம்பித்தாள்.

“நெட் கனெக்ஷன் ஆஃப் பண்ணிட்டு சாப்ட போயிட்டேன். இப்பதான் வந்தேன். இப்பதான் பாத்தேன். கால் வந்தது தெரியல.”

தர்மாம்பாளுக்குத் தெரியுமாயென்று தெரியவில்லை. நெட் கனெக்ஷனை ஆஃப் பண்ணினால் போன் வருவது தெரியாதென்பது. உண்மையில் போன் வருவது தெரியும். அவள் ஓரளவு நம்பும்படி ஒரு சமாதானத்தைக் கொடுத்துவிட்டு ஒட்டிக்கொண்டேன்.

“உன்னோட வாட்சப் தெரியலயாம்பா. ஏதாவது எக்ஸ் ஒய் போட்டு சேவ் பண்ணி வை.” குரலில் அவ்வளவு உம்.

“பையன் ஃபோட்டோ பாத்தயா?” புடிச்சிருக்கா!

“ம்ம்ம்... ஃபோட்டோல பாக்க நல்லாருக்கான்.”

“ஃபோட்டோலதான் பாக்க நல்லாருக்கானா?”

குதர்க்கமாகப்பட்டது. நான் அப்படி நினைக்கவில்லை. தர்மாம்பாள் அறிவு. நான் சொன்னதிலிருந்து எனக்கே என் முடிவைச் சுட்டிக்காட்டிப் பேசுகிறாள்.

* * *

இருப்பு

கழிவறையிலமர்ந்திருந்தபோது உன்னைப் பற்றிய யோசனை. நீ பேச ஆரம்பித்து சில தினங்களிருக்குமா? இருக்கும். என்னிடம் ஒரு பச்சை நிற க்ளிப் இருக்கிறது. இப்போதும் அதைத்தான் தலையில் வைத்திருக்கிறேன். க்ளிப்பிலிருந்து கவ்விப் பிடிக்கப்பட்ட கற்றை மயிர்கள் தளர்வது போல் தோன்ற க்ளிப்பை எடுத்து வாயில் வைத்துக் கடித்தபடி, கொண்டையைச் சரிசெய்தேன். க்ளிப்பையெடுத்து கொண்டைக்கு நேராக வைத்து விரித்தபோது” ‘படக்’

நம்பவேயில்லை. பலமுறைகள் உபயோகித்திருப்பது. இரண்டு பக்கமும் சிறகுகளைப் போல விரிந்திருக்கும் க்ளிப்பின் மத்திய இணைப்பில் ஸ்பிரிங் நுழைத்திருக்கும் வளையங்களில் ஒன்று ஒடிந்து போயிருக்கிறது. கையில் வைத்தபடியே விரித்து விரித்துப் பார்த்தேன். ப்ரயோசனமில்லை. இனி இதை வைத்துப் ப்ரயோசனமில்லை. உன்னைப் பற்றின யோசனையில் க்ளிப் ஒடிந்திருந்திருப்பது வருத்தம்தான். உன்னைப் பிடித்திருக்கிறது. உன் நட்பும் நீண்ட நாட்களாகத் தொடரவேண்டுமென்றிருக்கிறது. இப்போது போய் இப்படி? பொதுவாக உடைந்து போனதை வைத்துக்கொள்ளும் பழக்கம் எனக்குமில்லை.

கழிவறையைவிட்டு வந்ததும் உடைந்த க்ளிப்பை பத்திரமாக புத்தகங்கள் அடுக்கி வைத்திருக்கும் அலமாரியில் இருக்கட்டுமென்று வைத்துவிட்டேன். நீண்ட நாட்களாகப் பயன்படுத்திய ஒன்று உடைந்து போனது, உன்னால் உடைந்து போனது, நல்லதிற்காக இருக்கட்டுமென்று தோன்றியது. என்னிடமிருக்கிற, நீண்ட நாட்களாகத் தேங்கியிருந்த ஏதோ ஒரு பழைய துயரத்தை அது எடுத்துக்கொண்டு போய்விட்டதாக நினைத்துக்கொள்கிறேன். அது உன் வரவால் நிகழ்ந்ததாகயிருக்கட்டுமென நம்பிக்கொள்கிறேன்.

உன்னைப் பார்த்ததிலிருந்தே பிடித்துபோய்விட்டது. உன்னோடு பேச வேண்டும் பழக வேண்டும். எனக்கும் ஆசைதான். எதிலும் அவசரமில்லையெனக்கு. உன் மீது தனி மரியாதை.

ஆஸ்பெட்டாஸ் கூரைபோட்டிருக்கும் மாடிப்படிகளில் உட்கார்ந்து படிக்கும் பழக்கம் புதிதாகத் தொற்றிக்கொண்டதுதான். அதிலும் மதிய நேரமென்றால் ஒரு பரிபூரண நிசப்தம் எல்லாத் திக்குகளிலும் நிரம்பியிருப்பதை உணர்கிறதுண்டு. படிகளுக்கு எதிர்ப்பக்கமாக துளைகள் போடப்பட்ட சுவர். ஒவ்வொரு துளையும் கண் வடிவிலிருக்கும். ஒவ்வொன்றாக எண்ணப் போய், கடைசியில் எண்ணிக்கை சொதப்பி பாதியில் விட்டுவிட்டேன். படிப்பதை விட்டுவிட்டு துளைகளை நெருங்கி ஒன்றின் வழியாகப் பார்த்தபோது உன் நினைவு. துளை வழியாக முதலில் பார்த்தது முழுக்க சருகாகி நிற்கும் வேம்பு மரம். வெறுப்பாகயிருந்தது. உன்னை மட்டும் அதிலிருந்து பிரித்துப் பார்க்கத் தோன்றியது.

அம்பிகாவர்ஷினி | 85

இரவு ஒரு நாள் ஜன்னலின் முன்பு நின்று பேசத் தொடங்கிவிட்டேன். உன்னைப் பற்றி பேசிப் பார்க்கத் தோன்றியது. நிலத்தில் தெரிகின்றது நிழலைப்போல இருக்கிறது. நீர் வடிவமாகவும் தெரிகிறது. நீரிலிருக்கும் முதலை வெளியேறி நிலத்தில் படுத்திருப்பதுபோலத் தோன்றியது.

நீ சதிகாரனா?

நீயும் நானும் பழகி ஒரு மாதம் கூட இருக்கப் போவதில்லை. ஆரம்பத்திலிருந்தே உன்னோடு ஒட்டவேயில்லை. பிடிக்கத்தான் செய்கிறது.

என்னவோ உன்னோடு பேசத்தோன்றவில்லை. இரண்டு நாட்களாக. நீயும் பேசவில்லை. இந்த இரண்டு நாட்களில் ஒருமுறையாவது, உன்னை நீ தக்கவைத்துக் கொள்ளாமலாயிருப்பாய்?

முதல் நாள் மதியம் கட்டிலில் படுத்துக்கொண்டிருந்தபடியே உன் நினைவுகள் வர, கஷ்டமாகயிருக்கிறதென்று எதிரில் பார்க்க, ஷெல்ஃபிலிருந்து சட்டென்று சத்தத்துடன் பறந்து விழுகிறது பச்சைநிற கேரி பேக்.

அந்த க்ளிப்பை நாளைத் தூக்கியெறிந்துவிடவா? அதன்பிறகாவது இந்த மௌனம் கலையுமா?

* * *

அறை

நாளைக்கு மட்டும் என் ரூமுக்கு பாத்ரூம் போக வருவேல்ல. அப்ப பாத்துக்குறேன்.

ஓங்கி ஒரு அறை. அறை விழுந்ததிற்குப் பிறகுதான் இப்படிப் பேசினாள் மங்கை. இப்போதெல்லாம் மாடிக்குப் போகிற கேட்டை அடிக்கடி பூட்டிவைத்துவிடுகிறார்கள். புதுப் பழக்கமாகயிருக்கிறது. மாடிக்குப் போகிறதென்றால் எதார்த்தமாகப் போகமுடியவில்லை. திறந்திருக்கிறதாயென்று யாரிடமாவது கேட்டுவிட்டுத்தான் போகவேண்டும். நேரே சாவி மாட்டி வைத்திருக்கும் பீரோ வளையத்தை பார்த்துத் தெரிந்துகொள்ளவேண்டும் என்றெல்லாம் தோன்றுவதில்லை.

கடைக்குப் போக தயாராக நின்று கொண்டிருந்தாள் மருமகள்(வயது ஏழே முக்கால்). கையில் பத்து ரூபாய். மாடி பூட்டியிருப்பது தெரியாமல் கேட் வரைக்கும் வந்துவிட்ட மங்கை, மருமகளைப் பார்த்ததும் சாவியெடுத்து வரச் சொன்னாள். அவள் போகாததற்கு இப்படியப்படிச் சமாளித்துப் பார்த்தாள். அவளை வழிக்குக் கொண்டுவரும்வரை பேசி முடிக்க 'ப்ஹ்பே' என்றாளே பார்க்கலாம். சாவியெடுக்கத்தான் கிளம்பினாள். நிறுத்தி ஒரு அறை கன்னத்தில். பட்.

"என்ன வர வர மரியாதயில்லாம பேசிட்ருக்க. இனிமே ரூம் பக்கம் வந்த அவ்ளோதான்..."

ஒருமாதிரி சமாளித்துக்கொண்டே நின்றிருந்தவள், ரூம் என்றதும் அழத்தொடங்கிவிட்டாள். சின்னப் பிள்ளை. பேத்தி வேறு. மங்கையின் அம்மாள் அவளைச் சமாதானம் செய்யப் போக, அவளுக்கு மேலும் அழுகை. கன்னத்தைக் காட்டி வலிப்பதாகச் சொல்லிக்காட்டினாள்.

"நீயொன்னும் சாவியெடுத்து வரவேணாம்.. பாத்துக்றேன் ரூம் பக்கம் எப்டி வர்றன்னு." வாசல்படி ஏறிக்கொண்டே சாவியெடுக்கப் போய்விட்டாள் மங்கை.

"ஹே... நூறுவ்வா விழுந்துருச்சே... ஹே..."

ஒரே சத்தம். மருமகள்தான். அதிர்ஷ்டம் விழுகிற சீட்டுக் கிழித்தல் போட்டியில் இவளும் காலையில் கிழித்திருக்கிறாள்.

ராத்திரி குலுக்கல் முறையில் தேர்ந்தெடுக்கிறபோது இவளையே ஒரு சீட்டு எடுக்கச் சொல்லிருக்கிறார்கள் கடை நடத்துபவர்கள். எடுத்தவள் பெயரே வந்திருக்கு. லேஸ், க்ரீம் பிஸ்கட், ஷாம்பு, குளிக்கற சோப்பு, ஹேண்ட் வாஷ்னு ஒரே பர்ச்சேஸ்தான்.

கூட்டத்திலிருந்தவர்கள் எல்லாம் பெரியவர்கள். எல்லோரும் இவளின் அதிர்ஷ்டத்தை அவரவர்களின் துரதிர்ஷ்ட சாயல்களில் வெளிப்படுத்த, மருமகளுக்கு ஒரே முகப்பெருமை அப்பிக்கொண்டிருந்திருக்கிறது.

அப்படியே கத்திக்கொண்டு வந்தாள். வந்தவள் நேரே அவள் அம்மாவிடம் அதிர்ஷ்டம் சம்பாதித்துக்கொடுத்த பொருட்களைக் கொடுக்க, மாடியிலிருந்து இன்னும் எட்டிப் பார்த்துக்கொண்டுதான் நிற்கிறாள் மங்கை.

விருந்தாளி

காலை ஏழு மணிக்கு மேல் இருக்கும். வண்டலூர் நிறுத்தத்தில் இறங்கி நடக்கத் தொடங்கினேன். பேருந்து நிறுத்தத்தைவிட்டு கொஞ்சம் முன்னேறிச் சென்றுவிட்டது. மழைபிடிக்கத் தொடங்கியிருந்தது. கையில் குடையில்லை. சென்னைக்குக் கிளம்பும்போதே புயல் அறிவிப்பிருந்தது. கேளம்பாக்கம் பேருந்தைப் பிடிக்க வேண்டும். நசநசவென்று சாலையைக் குழைத்துப்போட்டுக் கொண்டிருக்கும் மழை, வெடவெடப்பாக புதிதாகக் கட்டப்பட்ட பாலத்தின் நுழைவு வாயிலை நோக்கி நடக்கவைத்தது. எதிரில் வருகிறவர்கள் குடைகள் பிடித்துக்கொண்டு வருகிறார்கள். உள்ளூர்வாசிகள். பாலத்தைக் கடந்து வண்டலூர் ஜூவிற்கு அருகில் வலப்புறமாக போகிற சாலையைப் பிடித்து நின்றேன். அங்கு கேளம்பாக்கம் செல்லக்கூடிய பேருந்துகளும் வந்து நிற்கும்.

நிறுத்தத்தில் எல்லோரும் குடைபிடித்து நிற்க மழையில் நனைந்தபடி நின்றிருந்தேன். முட்டாளைப் போல உணர்ந்தேன். என் கையிலும் குடை இருந்திருக்க வேண்டும். வேன் ஒன்று நின்றிருந்தது. முதலில் சந்தேகம்தான். இரண்டாம்பட்சமாக யோசனையில் நிற்க, ட்ரைவர் ஒருவர் கேளம்பாக்கம்

கேளம்பாக்கமென்றார். மழைக்கு ஏறிக்கொண்டால் தேவலாமென்றிருந்தது. ஏறியபிறகுதான் தெரிந்தது. நான்தான் முதல் பயணி. முதல் சீட்டைப் பிடித்துக்கொண்டு அமர்ந்தேன். மழையினால் ஏறக்கூடிய மற்ற பயணிகளின் ஈரத் தொப்பல்களுக்கு தப்பித்துவிடலாமென்கிற தந்திரம். பத்துநிமிடங்கள் கூட ஆகவில்லை. என்னைத் தொடர்ந்து யாரும் வேனில் ஏறவேயில்லை. இதே வேனுக்கு எதிர்ப்புறமாக நிறுத்திவைத்திருந்த இன்னொரு வேனிலிருந்த ஒருவன் வேகமாக எங்கள் வேனுக்கு ஓடிவந்து ட்ரைவரிடம் சம்பாஷணையாக ஏதோ பேசியபடி படியில் நின்றிருந்தான். என்னவோ பிடிக்கவில்லை. இருப்புக்கொள்ளாமல் வண்டியைவிட்டு இறங்கினேன். வேனுக்கு ஆள் பிடிப்பவன் இரண்டொரு தடவைகள் அழைத்துப் பார்த்தான். பிடிகொடுக்கவில்லை. நிறுத்தத்தில் எல்லோர் தலைகள் மீதும் குடைகள். என் தலைமீது ஸ்டோல். இறங்கியபின் கூடுதலாக மழைபெய்தது.

எப்படியும் பேருந்து வந்துவிடுமென்று நம்பிக்கையாகவும் விறுவிறுப்பாகவுமிருந்தது. பயணிகள் அதை ஆமோதிக்கும்படி பேருந்து வளையுமிடத்தையே பார்த்தபடி நின்றிருந்தார்கள். எதிர்பார்த்தபடி ஒரு பேருந்து வந்து நின்றது. ஊர் பெயர் போட்டு வந்தாலும், பக்கத்திலிருப்பவர்களிடம் இது அந்த ஊருக்குப் போகுமாயென்று கேட்டுவிட்டுத்தான் ஏறுவது. இந்தப் பழக்கம் சென்னை வந்தால் மட்டும் தொற்றிக்கொள்ளும். பேருந்தில் கூட்டமில்லை. மாஸ்க் அணிந்துகொள்ளத் தோன்றியது. மதுரையிலிருந்து சென்னை வந்த பேருந்தில் மாஸ்க் அணியவேயில்லை. பக்கத்திலமர்ந்திருந்த பெண்ணும் அணியவில்லை. அந்தப்பெண் சில முறைகள் இருமிக்கொண்டுவேறிருந்தது. என்னவோ கொரனோ பயமில்லை அப்போது. இப்போதுமில்லை. அணியத் தோன்றியது.

கேளம்பாக்கம் இறங்கியதும் நேராக நாவலூர் பேருந்தை நோக்கி ஓடினேன். சரியாக நிறுத்தத்தை நெருங்குவதற்குள் நகர்ந்துவிட்டது. மீண்டும் காத்திருப்பு. சிவப்பு நிற நாவலூர் பேருந்து வந்தது. அருகிருப்பவரிடம் கேட்டபடியே விரைந்தேன். சரிதான். நாவலூருக்குத் தான் செல்கிறது. இந்த சிவப்பு நிறப் பேருந்தை சென்னையில் இப்போதுதான் பார்க்கிறேன். டிக்கெட்

அம்பிகாவர்ஷினி | 89

எடுத்துக்கொண்டிருக்கும் போதே, பேருந்தில் கம்ப்யூட்டரைஸ்டு வாய்ஸ் நிறுத்தத்தின் பெயரைச் சொல்லி தயாராகயிருக்கும்படி எச்சரித்தது வரப்பிரசாதம். கண்டெக்டரிடம் நிறுத்தம் வந்தால் சொல்லுங்களென்று சொல்லிவைக்கத் தேவையில்லை. சொல்லிவைத்தபின்னும் அதையே நினைத்துக் கொண்டிருக்கத் தேவையில்லை.

நாவலூர் வந்ததும் வாய்ஸ் எச்சரித்தது. இறங்கி தாழம்பூர் செல்லும் வழியைத் தேடினேன். இரண்டுபுறமும் ஊசாலடுகிற பெண்டுலமாகத் தேட வழியைக் காணவில்லை. நிறுத்தத்திற்கான அங்க அடையாளங்களை தீவிரமாகத் தேடினேன். மழையின் தீவிரம் தொடர் தூறலாக சூடுபிடிக்கத் தொடங்கியிருந்தது.

தாழம்பூர் செல்லும் வழியின் முகப்பில் ஊருக்குள் ஏற்றிக்கொண்டு போக ஆட்டோக்கள் நிற்கும். சாதாரணமாகச் செல்லக்கூடிய பயணிகள் ஆட்டோதான். என்றாலும் பங்காகப் பணம் கொடுக்க வேண்டிய ஷேர் ஆட்டோவைப் போல நெருக்கியடித்துப் பயணிக்க வேண்டும். முதல் முறையாக பூக்காரம்மாவோடு டி நகர் செல்வதற்காக, தாழம்பூரிலிருந்து நாவலுருக்கு பேருந்து வரத் தாமதமானதில் பயணித்தது. அப்படி ஆட்டோ எதுவும் தென்படவில்லை. ஆட்டோ ஸ்டாண்ட் ஒன்றுமிருக்கும். அதையொட்டி பூக்கடை போட்டிருக்கும் வயதான பெண்மணி பூ விற்கிறதோ இல்லையோ தலையைக் குனிந்தபடியே தொடுத்துக்கொண்டிருப்பாள். ஊருக்கு எப்போதாவது இப்படிப் போகிற வருகிற போதெல்லாம் அவள் கடையில் மலர்ந்திருக்கிற பிங்க் நிற டிசம்பர் பூச்சரத்தைப் பார்க்காமல் போனதில்லை. வந்ததில்லை. சாலையின் பெருவெளியெங்கும் மழையிரைந்து புகைச்சலாகயிருந்தது.

பயணிகள் நிழற்குடைக்குள் தஞ்சம் புகுந்து, அலைபேசியெடுத்து விவேக்கிற்கு அழைத்தேன். நாவலூர் வந்துவிட்டால் அழைத்துக்கொண்டு போவதாகச் சொல்லியிருந்தான். அலைபேசி தொடர்புகொள்ள அவன் எடுக்கவில்லை. நிமிடங்கள் கழித்து அழைக்கலாமென்று திடமாக நிற்கத் தொடங்கினேன். எதிரில் ஓட்டலைத் திறந்து காலைநேர உணவிற்காக தயாரித்துக்கொண்டிருந்தார்கள். அங்கும் காத்திருப்புகள். சில வாடிக்கையாளர்கள் காத்திருப்பதுபோக

வேடிக்கை பார்த்துக்கொண்டிருந்தார்கள். அதிலொருவர் நோட்டம் விடுவதுபோலத் தோன்ற, முகத்தை விறைப்பாக வைத்துக்கொள்ள மீண்டும் விவேக்கிற்கு அழைத்தேன். அவன் எடுக்கவில்லை. அவனைப்போலத் தெரிந்தவன் டூவீலரில் ஒருவரை ஏற்றிக்கொண்டு வருவது தெரிய, அவன் மேலும் நெருங்கிவர, விவேக்தான்.

"என்னடா வரும்போதே லிஃப்ட்டு குடுத்துட்டு வர்ற."

"ஆமா நம்ம ஏரியாக்காரத் தாத்தா. எறக்கிவிடச் சொன்னாரு."

லேசாகத் தலையைச் சிலுப்பி புன்முறுவலோடு வண்டியிலேற்றிக்கொண்டான். சில அடிகள் நகர்ந்திருக்கும். இவன் புதிதாக வண்டி வாங்கியிருப்பதாக சொல்லியிருந்தார்கள். அந்த வண்டி இதுதானோ? யூகித்துக்கொண்டிருந்தேன்.

"நீ இப்ப போனொன்ன பாத்ரூம் போகணுமா?"

"ஆமாடா இதென்ன கேள்வி?"

"அப்ப அங்க போமுடியாது. பெரிம்மா வீட்டுக்குத்தான் போனும்."

வண்டியைத் திருப்பிக்கொண்டு மீண்டும் நாவலூர் மெயின் ரோடிற்கு விரைந்தான்.

"சரவணால பாத்ரூம் இருக்கும். அங்க போலாம்."

மனதிற்குள் ஒரே உருட்டல். ஏதோ திடீரென்று ஏற்பட்டு, திடீரென்று முடிகிற ப்ளான் இது. எனக்கு இதில் விருப்பமேயில்லை. அவன் சரவணா முன்பு வண்டியை ஏற்றி நிறுத்திவிட்டு, நான் இறங்குவதற்குக் காத்திருக்க, மெல்ல அவன் காதுகளில் விழுகிற மாதிரி,

"டேய் இங்கல்லாம் வேண்டாம்டா. நான் பாத்ரூம்லாம் இப்ப போகல. அப்டியென்னாலும் வீட்டுக்குப் போயே போய்க்குறேன். நீ வீட்டுக்குப் போடா."

தகிடுதத்தமாகச் சிரித்துவிட்டு வண்டியை தாழம்பூருக்கு விட்டான். போகிற வழியெல்லாம் மழை எங்களிருவரையும் கண்களில்விட்டு ஆட்டிக்கொண்டிருந்தது. வண்டி சில இடங்களில் பதுங்கியும் பாய்ந்தும் செல்லவேண்டியிருந்தது.

சித்திவீடு சாலையைவிட்டு ரொம்ப இறங்கியிருந்தது. வீடு கட்டிய புதிதில் இவர்கள் வீடுதான் மேட்டுப்பகுதியாக இருந்திருக்கிறது. இருபத்தைந்து வருடங்களுக்கு முன் இந்தப் பகுதியில் ஆளவரமேயிருக்காதாம். மின்சார வசதி கூட தாமதமாகத்தான் கொடுத்திருக்கிறார்கள். தெருவில் சித்தி வீடு தான் முதன்முதலில் வந்ததாகச் சொல்லுவார்கள். இப்போது நெருக்கியடித்துக்கொண்டு இருபுறமும் வரிசையாக தெரு முழுக்க வீடுகள். அதிலும், முதலில் பார்த்தது போலில்லாமல் மறுமுறை பார்த்தால், இருந்த வீட்டையே இடித்து மாற்றியமைத்துக் கட்டிவைத்திருப்பார்கள். ஒவ்வொரு முறையும் இந்த ஸ்டாலின் தெருவைப் பார்க்கிறபோது புதிதாகவே தோன்றும். வீட்டிற்கு முன்பு வண்டியை நிறுத்தியதும் இறங்கியபோது வீடு இன்னும் தாழ்வாகயிருந்தது. வரவேற்க யாரும் வரவில்லை. வரக்கூடாத சூழ்நிலையில் வந்துவிட்டதை உணர்ந்தவாறு பேக்கையெடுத்துக்கொண்டு வீட்டிற்குள் நுழைய, சித்தப்பா டேபிள் ஃபேனை சரி செய்தபடி கவனியாதமாதிரி அமர்ந்திருந்தார். வழக்கம்போல் இது நடக்கும். அவருக்கு உறவினர் வருகை உவப்பானதில்லை. சித்தி சுவரோரமாகச் சாய்ந்தபடி இரு கைகளையும் கால்களையும் குறுக்கியபடி ஸ்வெட்டர் அணிந்து குத்தவைத்திருந்தாள். சம்பிரதாய நலம் விசாரிப்புகளோடு முடிந்தது ஹால் விசிட். நேரே அறைக்குள் நுழைந்து பேக்கை வைத்துவிட்டு, கட்டிலில் போடப்பட்ட துவைத்த துணிகளை விலக்கி கொஞ்சம் இடம்பிடித்து அமர்ந்தேன். இளைப்பாறல் தேவையாகயிருந்தது. மெல்ல பேக்கின் முன்புற ஜிப்பைத் திறந்து ப்ரஷ்ஷை எடுத்துக்கொண்டு கொல்லைப்புறமாகப் போனேன். கொல்லைப்புறத்தில் ட்ரம்மில் தண்ணீர் ஊற்றி வைத்திருப்பார்கள். சித்தி போகும்போதே சொன்னாள். கொல்லைப்புற வாசலை திறக்கவேண்டாமென்று. முன்புற வாசல்வழியாகச் சென்று பக்கவாட்டில் போகிற சந்தைப் பிடித்து கொல்லைப்பக்கமாக வந்து நின்றால் ஒரே தண்ணீர். இரண்டடிகளுக்குத் தேங்கி நிற்கிறது. தண்ணீர் போக வழியில்லாமல் காம்பவுண்ட் சுவரெழுப்பியிருந்தது. வேறு வழியில்லை. பேஸ்ட் கேட்டு வாங்கி பல்துலக்க ஆரம்பித்தேன். கொப்பளிக்கிற நுரைத் தண்ணீரும் தேங்கிய நீரோடு கலப்பது ஒருமாதிரியாக, எதையும் பொருட்படுத்தாத மனநிலையில் அறைக்குள் வந்து அமர்ந்துகொண்டேன்.

குத்தவைத்ததிலிருந்து சமையலறைக்கு எழுந்து சென்றவள் ஒரு தம்ளரை மறைமுகமாகக் கொண்டுவந்து கொடுத்தாள். காலையில் போட்டிருக்க வேண்டும். ஆறிப்போன காபி பாதி தம்ளரில் ஒண்டிக்கொண்டிருந்தது. காலையில் அந்தக் காபியையும் குடிக்க வேண்டும். இல்லையெனில் தினம் ஆரம்பிக்காது. அடுத்து ஏதாவது சாப்பிட வேண்டும். முன்பெல்லாம் காலையில் சாப்பிடும் பழக்கம் கிடையாது. இப்போதெல்லாம் காலை உணவை சரியாக எடுத்துக்கொள்ள வேண்டுமென்று பழகிவிட்டது. வயிறும் கேட்பதில்லை. கொஞ்சம் தாமதித்தால் கூட வலிக்கத் தொடங்கிவிடுகிறது. தலைசுற்றல் கூட சமயத்தில் வருவது போலிருக்கும். மீண்டும் ஹாலுக்கு வந்தபோது சித்தியும் சின்னத் தம்பியும் வீட்டிலில்லை. இருந்தபடியே வெளியில் கிளம்பிப் போயிருந்தார்கள். சித்தப்பா டேபிள் ஃபேனை விட்டுவிட்டு பழைய சோஃபா செட்டுக்கு முதுகு கொடுத்துச் சாய்ந்தபடி அமர்ந்திருந்தார். சித்தி வீட்டில் இல்லாதது அவருக்கு இலகுவாகயிருந்திருக்க வேண்டும். பேச்சுக்கொடுக்க ஆரம்பித்தார்.

"இங்க யாருக்கும் வேலெ இல்லெ. அதனால நீ, உந்தங்கச்சி, விவேக், கோபில்லாம் சேந்து ஒரு சாஃப்ட்வேர் பிசினஸ் மாதிரி ஆரம்பிச்சு சொந்தமா வருமானம் பாக்ற மாதிரி பாருங்க. இப்டியே இருந்துட்ருக்க முடியாது. வெளிலெ வேலெ பாக்றதே இனி வேண்டாம். நீதான் ஏதாவது பாத்துச் செய்யணும். யோசுச்சு சொல்லு. புரியறதா. நீ தங்கச்சிட்டயும் கேட்ரு."

பேசப்பேச அவர் கண்களை ஊடுருவுவேனா இல்லை நெற்றியையா தெரியவில்லை. இரண்டுக்குமிடையில் மையமாக சுழன்றபடியிருந்தேன். சாஃப்ட்வேர் பிசினஸ்? அதெல்லாம் இப்போ நடக்கற காரியமா? இவருக்கு எப்படிச்சொல்லி புரியவைப்பது. திகைப்பும் கேட்பதுமாகத் தொடர்ந்தேன். விவேக் குறுக்கிட்டான்.

"அதல்லாம் நெறையா சம்பாதிச்சுட்டு, அப்றம்தான் ஆபிஸ் ஆரம்பிக்க முடியும். இப்ப முடியாதுப்பா."

அம்மா குத்தவைத்த அதே இடத்தில் கால்களில் ஒன்றை நீட்டி சௌகரியமாக போனை நோண்டிக்கொண்டே

அம்பிகாவர்ஷினி | 93

வழிந்துகொண்டிருந்தான். அவனுக்கு எனக்கும் சேர்த்து பதில் சொல்லவேண்டுமென்று தெரிந்திருந்தது.

சித்தப்பா மேலும் விளக்க முற்பட்டார். விவேக் சில பதில்களை முன்னுக்குப் பின்னாக மாற்றிப்போட்டு சமாளித்தான். சித்தி ஏதோ சிரிப்பாகப் பேசிக்கொண்டே வந்தாள். பின்னால் கோபியும் வந்தான். அவர்கள் முச்சந்திக் கதை ஏதோ ஒன்றை அரையும்குறையுமாகச் சொல்லியபடி கெக்கலி போட்டுக்கொண்டிருந்தார்கள். சித்தப்பா மீண்டும் பிசினஸ் பேச்சைத் தொடங்க, விவேக்தான் தடைசெய்வதற்குத் தயாராக, பேச்சை மாற்றுவழிக்குக் கொண்டுசென்றான். இப்போது நான் இங்கு இருக்கப்போவதில்லைபோல. யாரும் கவனித்தபாடில்லை. ஒருவழியாக சித்தப்பா "என்ன சாப்பிட்றெ..." என்றார். "இட்லி"யென்றேன்.

சட்னிக்கு அரைக்கவில்லையாம். வீட்டில் இப்போது தோசைமாவு விற்கும் பிசினஸ் வேறு. இல்லையென்றால் வீட்டிலேயே தோசை வார்த்திருப்பார்கள். முக்குக்கடை ஆயாவிடம் இட்லி வாங்குவதற்குக் கிளம்பினான் பெரிய பையன் விவேக். நான்கு இட்லிகளும் ஒரு வடையுமாக பார்சல் செய்துகொண்டு வந்திருந்தான். என் பங்கு இரண்டு இட்லிகளும் ஒரு வடையும்தான். அதை எடுத்துக்கொண்டு மீதமான இரண்டு இட்லிகளைக் கட்டிக்கொடுத்துவிட்டேன். அதிருந்தால் யாராவது சாப்பிடுவார்கள். அவர்கள் வீட்டில் மூலையில் வேறு கிழவி கிடக்கிறது. சித்தப்பாவின் அம்மா. இவர்கள் வீட்டில் வைத்துத்தான் அந்திமகாலப் பராமரிப்பு.

சித்தி அதற்குள் யாருக்கோ அழைத்து, நான் வந்திருப்பதையும் இங்கு தங்கமுடியாததற்கு தண்ணீர் தேக்கத்தையும் சொல்லிவிட்டு, அழைப்பிலிருக்கிறவரின் வீட்டுக்குத்தான் வரவேண்டுமென்று அனுமதி பெற்றுக்கொண்டிருந்தாள். கொஞ்சம் இடர்ப்பாடாக உணர்ந்தேன். இங்கு வந்தபிறகு இன்னொரு வீட்டிற்கு? அதுவும் அழைப்பிலிருந்தது யாரென்று தெரியவில்லை. மேடவாக்கமா? மாடம்பாக்கமா? எனக்கென்னவோ மேடவாக்கமென்று ஒரே எண்ணம். இந்த சித்திக்கு மேடவாக்கம் நெருக்கம். அவளும் கிளம்பி உடன் வரப்போவதாகத்தான் முதலில் நம்பவைத்தாள். கிளம்பி பேக்கை எடுத்துக்கொண்ட பிறகு

வீட்டில் வேலையிருக்கு என்றுவிட்டாள். சரி வந்ததிற்குத் தங்கவேண்டும். யாரென்று கேட்டேன். மாடம்பாக்கமென்றாள். "இத மொதல்லயெ சொல்லிருக்கக் கூடாதா? நானே அங்க கால் பண்ணிருப்பேனே." அவள் சிரித்தாளேயொழிய யாருக்கு எதற்குச் சிரித்துவைத்தாளென்றே தெரியவில்லை.

கோபி அவனோடு வேலைசெய்யும் நண்பனின் வேன் கொண்டு வந்திருந்தான். பேக்கை கையில் தூக்கிக்கொண்டான். வேன் மாடம்பாக்கம் சாலையில் கிளம்பி ஓடத் தொடங்கியது. போகிற வழியில் மாடம்பாக்கம் சித்தி வீட்டிற்கு அழைத்தேன்.

"அங்கதான் வந்துட்ருக்கொம்."

"ம்ம்ம் வாடா... வா... வா..."

அவளின் அந்தக் குரலில் எந்தப் பிசிறும் இல்லாமலிருக்க வேண்டும். அதைக் கேட்டபிறகுதான் சரியான வழியில் செல்கிறோமென்று ஆசுவாசப்படும். எனக்கு மாடம்பாக்கம்தான் நெருக்கம்.

விருந்தாளியைப் போல மாடம்பாக்கம் வீட்டில் நுழைய வேண்டியதாகிப் போனது. எப்போதும் சென்னையென்றால் முதல் சாய்ஸ் மாடம்பாக்கம் சித்தி வீடுதான். இந்தமுறை மாறுதலுக்காக தாழம்பூர் சித்தி வீடு. கோபி என்னை முன்னால் அனுப்பிவிட்டு பேக்கைத் தூக்கிக்கொண்டு வந்தான். ஐந்தாவது மாடியில் வீடு. இதற்கு முன்பு வந்தபோதும் லிஃப்ட் வைத்திருக்கலாமென்று நினைத்திருக்கிறேன். இம்முறையும் அதன் தாக்கம் வந்துபோனது. சித்தியும் அவளது மகளும் பால்கனி மாடித்தோட்டத்தில் பாத்திரங்களைப் போட்டு விளக்கிக்கொண்டிருந்திருக்க வேண்டும். அலமு எதிர்ப்பட்டாள். முதலில் யாரோவென்று திரும்பியவள், புரிந்தவள் போல லேசாக முகமலர்ந்து வலிந்து பாவித்தாள். உள்ளே ஹாலில் நீளக் கொடிக்கயிறு போட்டு துணிகளை உலரவிட்டிருந்தார்கள். துணிகளுக்கு அந்தப்பக்கம் அண்ணாமலை உட்கார்ந்திருந்தான். டிவி ஓடிக்கொண்டிருந்தது. கொடியில் பெரிய பெரிய வேஷ்டிகளை முடிந்தளவு மடித்து நீளத்தைக் குறைத்துக் காயவிட்டதில் அண்ணாமலை முகம் மறைவாகவே தெரிந்தது. நூலிழையில் அவன் திரும்பும்போது நானும் ஒப்புக்கு சிரித்துவைத்தேன். அவனும் அலமுவைப் போலவே பாவித்தான். சித்தி குறுக்கிட்டாள்.

“இப்பத்தான் அவன் இருக்கறது தெரிஞ்சுதாக்கும்.”

“இல்லல்ல. துணி மறைச்சுருந்துச்சு.” சமாளிப்போடு அவள் பின்னாடியே போகவேண்டியிருந்தது.

வீடு சித்தி வீடு. வீட்டு ஓனர் அலமுதான். என்னவோ அலமுவோடு ஒட்டாது. சித்தியும் நானும் சம அளவில் பேசியும் பழகியும்கொள்வோம். அவர்கள் வீட்டிற்குப் போனாலே இதான் நடக்கிற கதை. சித்தி பிள்ளைகளில் சௌமியா மட்டும் என்னோடு இணைந்துகொள்வாள். அச்சில் சித்தியும் சௌமியாவும் ஒன்று. சித்தி கூடச் சொல்வாள் அலமு பேசுவதேயில்லையென்று. “அதான் இவளே... சௌமியாவ எனக்கு ரொம்ப புடிக்கறது. எங்கூடவெ வருவா. பேசுனா பேசுவா. எங்கபோனாலும் கூட்டின்போறது. இப்பொழுதும் அப்படித்தான்.”

பின்னிரவிற்கு மேல் ட்ரெயினென்று பேசிக்கொண்டார்கள். புக் செய்துவிட்டார்களாம். இல்லையென்றால் என்னையும் அழைத்துப்போயிருப்பார்களாம். அண்ணாமலை தவிர எல்லோரும் திருப்பதி பயணம். கோபி நெளிந்து கொண்டிருந்தான். சித்தி ஒரே கம்ப்ளைண்ட். மாடம்பாக்கம் பக்கம் விவேக்கும் கோபியும் வருவதேயில்லை. இப்போது கூட முதுகில் ரெண்டு சாத்து சாத்தியபடி பொருமிக்கொண்டிருந்தாள். மழையோடு மழையாக வந்திருந்தோம். டிபனுக்கு ப்ரெட் டோஸ்ட் பண்ணித் தருவதாக கோபியையும் இருந்துவிட்டுப் போகும்படி வற்புறுத்தினாள். அவன் நெளிந்தான். என் முகத்திற்காக இருப்பதைப்போலக் காட்டிக்கொண்டு பேக்கை வாங்கிக்கொண்டுபோகக் காத்திருந்தான். இவர்கள்தான் நான் வந்ததும் திருப்பதி பயணமென்றார்களே, இனியெப்படி இரவு தங்குவது. எனக்கும் கேட்க முடியாது. அவர்கள் வீடு அவர்கள் விருப்பம். ஆளில்லாதபோது இருக்கச் சாத்தியப்படாது. சித்தி ஒரு பக்கம் ப்ரெட் டோஸ்ட் பண்ணிக்கொண்டிருந்தாலும் இன்னொரு பக்கம் ஒரே யோசனையாகயிருந்தாள். தனியாக அழைத்தாள். அன்யோன்யமாக குறிப்புணர்த்தினாள்.

“நீ இரேன். அவன் போகட்டும். ஒனக்கு. சாப்பாடு வேணுன்னா கீழாத்து மாமி மெஸ் ஆரம்பிச்சிருக்கா அவக்கிட்ட வாங்கிக்கலாம். ஒரு நாள்தான. நாள மறுநாள் வந்துடுவோம்.”

ரகசியமாகச் சொல்லிவைத்தாள். யாருமில்லாத வீட்டில் தனியாகவா. பரிபூரண அமைதி கிட்டும். என்ன வேணாலும் செய்யலாமென்றாலும் எப்படி வேணாலும் இருக்கலாமென்றாலும் அந்தத் தனிமையை நினைக்கும்போது அதை வெளிக்காட்டிக்கொள்ளக்கூடாதென்று பவ்யமாக அவள் முன்பு, அவள் சொல்வதற்காக இருப்பதைப்போல நிற்க வேண்டியிருந்தது.

"கொஞ்சம் முன்னாடியே வந்திருந்தா நான் திருப்பதி போறத கேன்சல் பண்ணிருப்பேன். வரமாட்டேனுதான் சொன்னேன். அண்ணாமலதான் வீட்லயெ இருக்கியெ போய்ட்டு வாம்மான்னான்."

அவளும் அவள் பங்குக்கு எனக்கு சமாதானம் சொல்வதைப்போல சேர்ந்துகொண்டாள். எது எப்படியோ நாளை முழுவதும் தனியாக இருக்கப் போகிறேன். கால்கள் முன்னுக்குப் பின் ஓடுவதாக, தாவுவதை கட்டுப்படுத்திக்கொள்ள வேண்டியதாகயிருந்தது.

இரவு அவர்கள் கிளம்பும்வரை தூக்கம் பிடிக்கவேயில்லை. சப்பாத்தி உருட்டல்களும், இட்லிப் பொட்டலங்களில் அவியல் வாசனையும், பேக்கிங் வேலைகளும் எனது களைப்பை ஈடுகட்டியபடி பரபரத்தன. வேலையோடு வேலையாக நேரம் போவது தெரியாமல், அவசரமாக கேப் புக்செய்தபடி பேக்குகளைத் தூக்கிக்கொண்டு ஓடினார்கள். அண்ணாமலையும் இரவு வேலை முடிந்து வந்திருந்தான். அவன் பெட்ரூமிலும் நான் ஹாலிலுமாகப் படுத்துக்கொண்டோம். எப்போது தூங்கினேனோ அப்படியொரு தூக்கம். காலையில் அண்ணாமலையெழுந்து ஹாலிலிருக்கிற வாஷ்பேசினில் பல் துலக்கிக்கொண்டிருந்தது காதில் விழுந்தது. தூக்கத்தைக் கலைத்துவிடாதபடி பல் துலக்குகிற சத்தத்தைக் குறைப்பதும் சீராக்குவதுமாகயிருந்தான். விழித்துப் பார்த்து அவனை சங்கடப்படுத்த விரும்பவில்லை. அனேகமாக, அவன் என்னைப் பார்த்தபடியே நின்றிருக்கக் கூடும். அவன் கிளம்பிச் செல்லும்போது வேஷ்டி அவன் முழங்கால்களில் பட்டு விசிறும் சத்தமும் காதில் விழுந்தது.

அவன் இருக்கிறானா? இல்லையா? என்பதுகூடத் தெரியாமல் எழுந்து உட்கார்ந்தேன். சாமியறை, படுக்கையறை,

கிச்சன் பக்கம் எல்லாவற்றிலும் ஒரு கண். அவனைக் காணவில்லை. இவன் என்ன சொல்லாமல் கிளம்பிவிட்டான்? உணர்வு மேலிடத் தொடங்குவதற்குள் காலைக்கடன்களை முடிக்கத் தொடங்கினேன். யாருமில்லாத வீடு. இந்த வீட்டில் அப்படி என்னதானிருக்கிறது. எல்லாப் பக்கங்களும் பொருட்கள். தனிமையிலிருக்கும்போது வீடு ஏதாவது சொல்லுமா? அந்த வீட்டினுடைய ஆட்கள் புழங்கிய தன்மையை உணர்த்துமா? இந்த வீட்டிற்கென்று ஒரு குணமுண்டென்று எடுத்துக்காட்டுமா? எல்லா மூலைகளிலும் தேடினேன். ஒன்றுமேயில்லை. சித்தி அழைத்தாள். பால் கிடைக்கவில்லையென்று அண்ணாமலை வேலைக்கு ஓடியது பற்றிக் குறிப்புணர்த்திவிட்டு, க்ரீன் டீ பாக்கெட்டினை அடையாளம் காட்டினாள். இன்டக்ஷனில் சிறிய பாத்திரமொன்றை வைத்து தண்ணீரைக் கொதிக்க வைத்தேன். க்ரீன் டீ பாக்கெட்டைத் தேடி அதில் ஒரு பேக்கையெடுத்துக் கொண்டேன்.

காலை உணவிற்கு மெஸ்ஸில் எதுவும் சொல்லவில்லை. எழுந்ததே தாமதம். க்ரீன் டீயும் பிஸ்கட் டப்பாவும் போதுமானதாகயிருந்தது. தனியாக ஓரிடத்தில் அமர்வது பிடிக்கவேயில்லை. போனில் யூட்யூப் பார்க்க ஆரம்பித்தேன். வடிவேல் காமெடிகளை ஓடவிட்டுச் சிரிப்பதற்கு விரும்பினேன். என்னவோ அவரால் கூட என்னைச் சிரிக்க வைக்க முடியவில்லை. சோர்வு படுத்தியது. பயணக் களைப்பு நீங்காத வெறுமை. எழுந்து படுக்கையறையில் போடப்பட்டிருந்த சேரில் போய் அமர்ந்தேன். அங்கும் கொடி கட்டப்பட்டு துணிகள் தொங்கவிடப்பட்டிருந்தன. துணிகளுக்குப் பின்னால் போடப்பட்ட சேரில் போயமர்ந்திருப்பது, ரகசியமாக ஒளிந்துகொண்டதுபோலத் தோன்றியது. படுக்கையறையில் வெளிச்சம் குறைவு. மெல்லிய இருள் வேறு கவிந்து ஒளிந்திருப்பதை மேலும் நம்பிக்கைக்குரியதாக மாற்றிக்கொண்டிருந்தது. போனில் முகநூலைத் திறந்து பார்த்துக்கொண்டிருந்தேன். ஏதோ ஒரு கூட்டுக்குள் போய் அடைந்துகொண்டதாக அவ்வளவு சுகமாகயிருந்தது. எதுவும் எதன் கைகளும் என்னைப் பிடித்திழுக்கவில்லை.

அண்ணாமலை வந்தது தெரியவேயில்லை. அவனுக்கு நான் படுக்கையறையில் அமர்ந்திருப்பதும் தெரியவேயில்லை.

கையில் பால் பாக்கெட்டோடு அலைமோதியபடி இங்கும், அங்கும், எங்கும் என்னைத் தேடிக்கொண்டிருப்பது போல நின்றிருந்தான். நல்லவேளை நான் கவனித்தது.

"நான் இங்க இருக்கேன்..."

என்றதுதான் தாமதம் வாய்விட்டுச் சிரித்துவிட்டான். அது வேடிக்கையாகத் தோன்றியது.

"போரடிச்சது. அதான் இங்க வந்துட்டேன்."

"சரி! காபியா டீயா?"

"எதுன்னாலும் ஓகே."

அந்நியமாக எழுந்து ஹாலில் வந்தமர்ந்தேன். கிச்சனுக்குள் பாலை விளாவியபடி கொஞ்ச நேரத்தில் டீயோடு வந்தான். அவன் குடித்தானா தெரியவில்லை.

மதியம் நான் வந்துட்டா சமைக்கிறேன். இல்லென்னா கீழ் ஆத்துல...

அவன் இழுப்பதற்குள் நான் முடித்துக்கொண்டேன் தலையாட்டியபடி. ஒரு பெரிய க்ளாஸ் நிறைய டீ. இதற்கு மேலும் எனக்குக் காலை உணவு தேவைப்படாது.

மதியம் மெல்ல ஒவ்வொரு ஃப்ளோராக இறங்கிப்போனேன். பதினோரு மணிக்கே சொல்லிவைத்தது. காலிங் பெல்லை அழுத்தியதும் மாமிக்கு தெரிந்துவிட்டது. கதவைத் திறக்காமலே குரல் கொடுத்தாள்.

"இரும்மா வரேன்..."

நான்தான் தாமதம். மாமி உள்ளே பாத்திரங்களை உருட்டிக்கொண்டிருந்தாள். ஒரு கூடையில் இரண்டு டிபன் பாக்ஸூகளும், இரண்டு மினி தூக்குவாளிகளையும், பெரிய சைஸ் அப்பளமும் வைத்துக் கொடுத்துவிட்டாள்.

பயணக் கிறக்கம் லேசாக மூளையில் உறைந்தது போலிருந்தது. அப்படியே டிபனைத் திறந்து சாப்பிட்டுவிடலாமென்று நினைத்தால், சாப்பாடு டிபனை நிறைத்து அடக்கியிருந்தது. என் அளவுக்கு இது அதிகம். தட்டை எடுத்துக்கொண்டு வந்து, ஒவ்வொரு பாத்திரமாகத் திறந்து, வேண்டிய அளவை

எடுத்துக்கொண்டு, அப்படியே மீதியை மூடிக் கொண்டு போய் கிச்சனில் வைத்துவிட்டு வந்தேன். உருளைக்கிழங்கு வறுவலை மட்டும் கூடுதலாகப் போட்டுக்கொண்டேன். விவேக் வருவதாக அழைத்திருந்தான். அவன் வந்தால் சாப்பாடு இருக்கட்டுமென்றும் இந்த முன் ஏற்பாடு. அண்ணாமலையும் வரலாம்.

மதியச் சாப்பாட்டிற்குப் பிறகுதான் ஒன்று தோன்றியது. என்னை நம்பி வீட்டை விட்டிருக்கிறார்களோ என்னவோ? அண்ணாமலை ஆண்பிள்ளை. அவனுக்குமாக சாப்பாட்டு விஷயத்தில் முதன்மை கரிசனம் காட்டியிருக்க வேண்டும். அவனை விட்டுவிட்டு சாப்பிட்டுவிட்டோமோ? குற்ற உணர்வு. ஆளரவமில்லாமல் அசட்டையாகிவிட்டது. அவனுக்கு அழைத்தபோது பாடசாலையிலிருப்பதாக பிறகு அழைப்பதாகச் சொல்லி, அழைப்பைத் துண்டித்தான். உள்ளூரக் குற்ற உணர்வு பரவி வருவது தெரிய மீண்டும் அழைத்தேன். அழைப்பு ஏற்கப்படவில்லை.

மாமி அப்போதே சொன்னாள். இரவுக்கென்றாலும் முன்பே சொல்லிவிட வேண்டும். சரியாக நான்கு மணிக்கு அத்தனை ஃப்ளோர்களையும் கடந்து, மேலேறி வந்த சிரமம் தெரியாமல் நின்றிருந்தாள். ஆர்டர் எடுக்க வந்திருந்தாள். இரண்டு சப்பாத்திகளும் குருமாவும் சொன்னேன். அதட்டுவதைப்போல அன்பாக

“ரெண்டு போதுமா. பத்தாதுல்ல.”

“அவ்ளோதான் சாப்டுவேன்...”

என்றபோதும் அவளுக்காக ஒரு சப்பாத்தி சேர்த்துச் சொன்னேன். பணம் மொத்தமாகக் கொடுத்துவிடுவதாகச் சொல்லிவிட்டு ஹாலுக்கு வந்தேன். மீண்டும் யூட்யூப். வடிவேல் காமெடிகள். ஆனால் சிரிக்க வழியில்லை. பக்கத்து வீட்டில் ஒரே பேச்சுச் சத்தம். கதவைத் திறந்து வைத்துக்கொண்டு குரல்களை படாடோபமாக உயர்த்திக்கொண்டிருந்தார்கள். முடிவில் என்ன பேசினார்களென்றே புரியவில்லை.

ஆறு ஆறரையிருக்கும். மாமி தான். காலிங் பெல்லை அழுத்தினாள். வாசலுக்கு ஓடினேன். இரண்டு டிபன்களோடு

நின்றிருந்தாள். இரவு சாப்பாடு மட்டும் முன்னதாகவே கொடுத்துவிடுவார்களாம். இருநூறு ரூபாயை நீட்டியபோது சில்லரை இல்லையென்றாள். அவள் முகத்தில் சோகமாக இழையோடியது. இதே மாமியை சென்றமுறை மாடம்பாக்கம் வந்தபோதுதான் முதல்முறையாகப் பார்த்தது. அவர்கள் பெண்ணுக்குக் கல்யாணம் வைத்திருந்தார்கள். என்னையும் கூட அழைத்திருந்தார்கள். போக முடியவில்லை. மெஸ்ஸிற்கு உழைக்கிறாள் போல. உடல் தோற்றம் களைத்தேயிருந்தது. பொலிவுமில்லாத முகம். மெஸ்ஸிற்கு வேலைக்கு வந்தவளைப் போலயிருந்தாள்.

நாளைக்குப் பணம் தருவதாக அவளை அனுப்பிவிட்டு பங்கீடுகளை நிகழ்த்தத் தொடங்கினேன். சப்பாத்திகள் அளவில் பெரியதாக இருந்தன. இரண்டு எனக்கு எடுத்துக்கொண்டு மதியம் மூடி வைத்த உருளைக்கிழங்கு வறுவலையும் குருமாவையும் சாப்பிட ஆரம்பித்தேன். ஒரு சப்பாத்தியையும் மீதிக் குருமாவையும் மதிய ஒதுக்கீட்டில் சேர்த்துவைத்தேன்.

மீண்டும் குறுகுறுக்கத் தொடங்கியது. உறவினராகயிருந்தாலும் விருந்தாளியைப் போல உணர்ந்தேன். அண்ணாமலைக்கு அழைத்து ஒதுக்கீடு பற்றிப் பேசினேன். அவன் முடிந்தால் அங்கேயே சாப்பிட்டுவிட்டு வருவதாகவும் இல்லையென்றால் எடுத்துவைத்த மீதியே போதுமானதென்றான். ஆசுவாசமாக யிருந்தது. இருந்தாலும் இழுபறிதான். விவேக் அழைத்து வீட்டிற்கு வருவதாகவும், வரும்போது என்னவேண்டுமென்றும் கேட்டான். பால்பாக்கெட் மட்டும் போதுமென்றேன். அவன் நம்புவதற்கு இடமளிக்காமல்,

"பால் மட்டும் போதுமா. வேற ஏதாவது கேளு? இறுதியாகவும் பால் மட்டும் போதுமென்றேன்."

விவேக் வந்ததும் காபி போட்டுக் குடித்தோம். ஏதேதோ பேசிக்கொண்டிருந்தோம். எங்களுக்குள் பால்யம் தொலைந்த மருகுதல் பிரவாகமெடுத்து தடையில்லாமல் ஓடிக்கொண்டிருந்தது. எனக்கும் அவனுக்கும் அதை நிறுத்தவும் தோன்றவில்லை. கொஞ்ச நேரத்தில் அண்ணாமலையும் வந்துவிட்டான். இருவரும் ஹாலில் உறங்கப்போனார்கள். நான்

படுக்கையறைக்கு மாறிக்கொண்டேன். குளிரில் நடுக்கம் வந்தது ரொம்ப நாட்களுக்குப் பிறகு.

மறுநாள் காலையில் வெளியே கிளம்ப வேண்டியிருந்தது. அண்ணாமலைக்கும் வேலை. விவேக்கிடம் குறிப்பிட்ட இடத்தில் ட்ராப் செய்துவிட்டு போகும்படி சொல்லியிருந்தேன். அவனும் வீட்டிற்குப் போவதாகக் கூறிவிட்டு, என்னை உரிய இடத்தில் விட்டுவிட்டுக் கிளம்பினான்.

வெளிவேலை முடிந்து மாடம்பாக்கம் விரைந்தேன். சித்தியும் வந்துகொண்டிருப்பதாக தகவலளித்தாள். எனக்கு முன்பே வந்துவிடுவாளென்று நினைத்தேன். சரியாக வீட்டினுள் நுழைய, அப்போதுதான் அவர்களும் வந்திருந்தார்கள். வந்ததும் மழையில் மொத்தமாக நனைந்த கதையை தாரை தாரையாகக் கொட்ட ஆரம்பித்தாள் சித்தி. அவள் எப்போதும் இப்படித்தான். பேச ஆள் கிடைத்தால் போதும். எப்போதோ பிறந்த கதையைக் கூட புதிதாகச் சொல்லிக்கொண்டேயிருப்பாள். லக்கேஜ் பேக்கைத் திறந்து, லட்டிலிருந்து கொஞ்சம் பிய்த்து ஊட்டிவிட்டாள். இனிப்பாகயிருந்தது நாங்களிருவரும் சேர்ந்து உட்கார்ந்திருப்பது.

ஊரிலிருந்து வந்து நாட்கள் கடந்ததுபோலத் தோன்ற மூளைப் பிசகு. சனிக்கிழமை கிளம்புவதாக வாக்களித்திருந்தேன். சித்தியும், அன்னைக்கு நல்லநாள் எதுவுமில்லையே.?! தனக்குத்தானே கேட்டுக்கொண்டபடி யோசித்துவிட்டுச் சரியென்றாள். எனக்கு இப்போது வெள்ளிக்கிழமை காலை ஊருக்குப் போகவேண்டும். சித்திக்குப் பிடிக்கவில்லை. வெள்ளிக்கிழமை பெண்பிள்ளைகள் வீட்டைவிட்டுப் போகக்கூடாது கான்செப்ட்டைக் கையிலெடுத்தாள். வியாழனிரவு வேறு தீட்டாகியிருந்தாள். மேலும் இது என்னைச் சங்கடப்படுத்திய விஷயமும் கூட. அவளால் வேலைகள் செய்ய முடியாது. அலமுதான் செய்ய வேண்டும். அவள் ஏற்கனவே ஓர்க் ஃப்ரம் ஹோமில் அல்லாடிக்கொண்டிருந்தாள். எல்லாவற்றுக்கும் சேர்த்துக் கணக்குப் பார்த்தால், நான் வெள்ளிக்கிழமை கிளம்பலாமென்று முடிவெடுத்தது சரியாகத்தானிருந்தது. சித்தி விடவில்லை.

“விஜிபி போய்ட்டு போ.”

“இல்ல மைண்ட் இல்ல.”

“எனக்கு சமைச்சுத் தரேன்னு சொன்னியே, அதையாவது பண்ணிக் குடுத்துட்டுப்போ.”

இதற்கும் மறுப்புத் தெரிவித்தேன். கருப்பட்டி அல்வாக் கடையை நினைவுபடுத்தினாள். இஸ்கானுக்கு இருந்த இடத்திலிருந்தே டிக்கெட் போட்டாள். கூடுதலாக ஒரு நாளையும் சேர்த்துக்கொடுத்தாள்.

“ஞாயித்துக்கெழம போயேன்...” அழுத்தமாகக் கேட்டாள்.

“சனிக்கெழமதான போறேன்ன. திடீர்னு ஏன் ப்ளான் சேஞ்ச். யாரோ பிள்ளைக்கு மூடக் கெடுத்துட்டாங்க.”

புலம்பினாள். இரவுச் சாப்பாட்டிற்குக் கைகழுவிக் கொண்டிருந்தேன் வாஷ்பேசினில்.

அவ்ளதான். இங்க ஒருவேளையுமில்ல.

முகத்தை ஒருமனதாக வைத்துக்கொண்டபோது வாஷ்பேசினுக்கு மேல் மாட்டப்பட்டிருந்த கண்ணாடி உர்ரென்று காட்டுவது போலிருந்தது. இரண்டு கன்னங்களையும் ஒருமுறை இடவலமாகப் பார்த்துக்கொண்டேன்.

“வெள்ளிக்கெழம போக்கூடாதும்மா.”

மூலையில் தீட்டாகி உட்கார்ந்திருந்தவள் அடிவயிற்றிலிருந்து ஆதங்கப்பட்டாள்.

“அதல்லாம் ஒண்ணுமில்ல நான் கெஸ்ட்தான.”

* * *

வாழ்வு சூதானமானது

தீர்மாம்பாள் நடந்து போய்க்கொண்டிருக்கிறாள் என் முன்பு. பெசன்ட் நகர் பீச். அலைகள் கரை மீதேறி வரித்துப்போயிருக்கின்றன. ஒவ்வொரு வரியிலும் அவளது தடங்கள் பதிந்துகொண்டேயிருந்தன. காற்றில் பறந்து கொண்டிருக்கிறது அவள் இடுப்பில் எடுத்துச் செருகியிருக்கும் ஷிப்பான் சேலையின் முந்தானை. திரும்பிப் பார்ப்பாளென்று நினைத்தேன். திரும்பிப் பார்த்துவிடவும் கூடாது. அவளை கனத்த மவுனங்கள் இழுத்துக்கொண்டு போகிற பாதையை பின்பற்றியபடியே நானும் தொடர்ந்தேன். அவளது அந்தப் பதிவுகள் காலத்தின் பிடியில் சிக்கியிருக்கும் அவள் உருவத்தை, வாழ்வின் அர்த்தமில்லாத மீட்சியைக் கொடுத்தபடியிருந்தது. புகைப்படமெடுத்தேன். இதுதான் வாழ்வு திரும்பிப் பார்க்காமலே போ என்றது, ஒரு நொடிக்குள் நின்று அடங்கிவிட்ட அவள் நடை.

இந்த வெயிலில் நடக்கவைத்து விட்டாளே. என்னுடைய வெற்று நடைக்கு கால்கள் வலிக்கத் தொடங்கிவிட்டன. கடற்கரை ஓரத்தில் அறுபடை வீடு இருக்கிறதென்று அழைத்துக்கொண்டு வந்தாள். இந்தக் கோவிலில்தான் 'பார்த்திபன் கனவு' க்ளைமேக்ஸ்

எடுத்தார்களாம். கேட்டதும் ஒரே ஆர்வம். சினேகா அமர்ந்து ஸ்ரீகாந்தோடு பேசிக்கொண்டிருக்கும் படிக்கட்டுகளில் நானும் அமரலாம். கடற்கரையிலிருந்து கோவிலுக்குச் செல்லும் வழியென்று, ஓர் ஒற்றையடிப் பாதையில் அழைத்துக்கொண்டு போனாள். போகிற வழி ஆபத்தானது போலத் தெரிய நடக்கத்தான் செய்தோம். ஒரு புறம் எண்ணற்ற கழிவுகள். அவை அனுபவிக்கும் உபாதைகளாக அவற்றிலிருந்து வெளியேறுகின்ற முடை நாற்றம். உடைந்த கண்ணாடிப் பாட்டில்கள். மதுப் பிரியர்கள் விட்டுச் சென்றவை. பாதையும் நெளிவுசுளிவுகளை ஏகத்துக்கும் அள்ளிப்போட்டுவைத்திருக்கிறது. புதைமணல். கரிய நிறத்தில் ஒரு குறிப்பிட்ட தொலைவுவரை நீண்டு மணல் பாதை. அன்று பார்த்து வெள்ளைநிற லெக்கின்ஸ். ஏற்கனவே கடற்கரையில் முழங்கால்கள் வரை நனைந்து கடற்கரை மணலை வாரிச் சுருட்டி வைத்திருந்தது கணுக்கால் பிடிப்பு. நீர் சொட்டச் சொட்ட இப்போது இந்தக் கருப்பு நிறப் புழுதியையும் அப்பிக்கொண்டு வருகிறது.

கோவிலின் வாசலில் செருப்பைக் கழற்றிவிட்டபோது கிளைகள் விரித்து நின்றிருந்த மரத்தில் ரோஸ் வண்ணத்தில பூக்கள். இதற்கு முன்பு இப்படியொரு வடிவத்தில் இந்த நிறப் பூக்களைக் கண்டதில்லை. தர்மாம்பாளிடம் கேட்டேன். அவளுக்குத் தெரியவில்லை. யாரிடமாவது கேட்டுக்கொள்ளலாம் வா என்றாள். செருப்பைக் கழற்றிவிட்டது விட்டதுதான். மரம் அங்கேயேதான் நிற்கிறது. மலர்களும் அங்கேயேதான் பூத்திருக்கின்றன. வித்யாசமான மலர்கள்.

கோவில் அப்போதுதான் திறக்கப்பட்டிருக்கிறது. அர்ச்சகர் முதல் வீட்டையே அப்போதுதான் திறந்துவைத்து நீருற்றி சிலையை வடித்துக்கொண்டிருந்தார். சரிதானென்று இருவரும் கோவிலை இடமிருந்து வலம் சுற்றி வர முன்னேறினோம். இரண்டாவது வீட்டிற்குப் பக்கத்தில் ஒருவர், பையில் பாக்கெட்டுகளாக மிக்சர், காரச் சேவுகளை வைத்துக்கொண்டு வருவோருக்குக் கொடுப்பதாக நின்றுகொண்டிருந்தார். வேண்டுதல், வாங்கிக்கொள்ளலாமென்று நெருங்கியபோது தவறாமல் எங்களையும் வழிமறித்தார். பாக்கெட்டுகளைத் திணித்தார். ஒரு கதை சொன்னார். பையன் மேற்படிப்பு படிக்கவிருப்பதாகவும் செலவிற்கு இப்படித் திண்பண்டங்களை விற்று பணம்

சேர்ப்பதாகவும், அதனால் பிரசாதம் போல காசுகொடுத்து வாங்கிக்கொள்ளவேண்டுமென்றும். முதலில் புரியவில்லை. பிரசாதமென்றால் இனிப்புதான். காரமென்றால் யோசித்தேன். ஆனால் காரத்தைத் திணித்துவிட்டாரில்லையா கதைக்கு முன்பே. காசைத் தேடிக்கொடுத்தேன். இப்படிக் காசு சேர்த்து என்றைக்கு நிறைய. நூதனக் கொள்ளைகளில் இதுவும் ஒன்றாகயிருக்குமோ. படிப்பிற்கென்றால் மனம் ஒத்துக்கொள்கிறது புத்திதான் நம்பமறுத்து பாக்கெட்டுகளை திருப்பித் திருப்பி சரிபார்த்துக்கொண்டே வந்தது. நுகர்ந்து கூட பார்த்தது.

கடற்கரைக்குப் போவோமென்று எதிர்பார்க்கவில்லை. பெசன்ட் நகர் வருவதற்கு முன்பு நகைச்சீட்டு கட்ட வேண்டுமென்று நகைக்கடையொன்றிற்குத்தான் முதலில் அழைத்து வந்திருந்தாள். நகைகளை வேடிக்கை பார்த்துக்கொண்டிருந்தேன். தர்மாம்பாள் சீட்டிற்கு பணம் போட்ட பிறகு, கம்மல்களை ஒவ்வொரு செட்டாக எடுத்துத் தரச்சொல்லி விலை கேட்டபடியிருந்தாள். பேரனுக்குக் காது குத்து வைத்திருக்கிறார்கள் சில மாதங்களில். அதற்குத்தான் இப்போது ஒரு முன்னோட்டம். அவள் வாங்குவதைப் போல் தெரியவில்லை. எனக்குச் சுற்றிப் பார்க்கத் தோன்றியது. ஒவ்வொரு ஷோக்கேஸாகப் பார்த்துக்கொண்டேயிருந்தேன். சிறிய நகைக் கடைதான். நிறைய நகைகளை அடக்கி வைத்திருந்தார்கள் மொத்தவிலைக் கடைமாதிரி. முன்பு அமர்ந்திருந்த இருக்கைக்கே வந்தமர்ந்தேன். எதேச்சையாய் பார்த்தபோது ஓரிடத்தில் வண்ணவண்ணமாய் கம்மல்கள். நெக்லஸ்கள். ஃபேன்சி வடிவங்களில். வியப்பாகவும் ஆர்வமாகவுமிருந்தது. விலை கேட்டகலாமென்று ஆள் தேடியபோது தர்மாம்பாளிடமிருந்து நகர்ந்து என்பக்கமாக வந்தாள் சேல்ஸ் வுமன். வைலட், டார்க் பிங்க், பச்சை வண்ணத்தில் ஈர்த்த நகைகளைப் பற்றிக் கேட்டபோது இவையெல்லாம் தங்கங்கள் என்றாள். நம்பவே முடியவில்லை. இதற்கு முன்பு பார்த்ததேயில்லை. விலையைக் கேட்டபோது மேலும் அதிர்ந்தேன். சாதாரணமாக வாங்கும் தங்க விலையைவிடக் கூடுதலாகச் சொன்னாள். அப்படியென்ன விஷேசம் எங்கிருந்து வருகிறதென்றேன். இங்கிலாந்து, ஜெர்மன் என்று அடுக்கிக்கொண்டே போனாள். ஒரு நாளாவது இதை வாங்கிவிட வேண்டும். அந்த நகைகளை பெரும்பாலும் யாரும்

வாங்குவதில்லை போல. எல்லாவற்றின் மீதும் தூசுகள் படிந்து மெல்லிய லேயரொன்று விழுந்திருந்தது.

அங்கிருந்து நேரே நாராயணா பியர்ல்ஸ் – ஜெம்ஸிற்கு அழைத்துச் சென்றாள். மூத்த மகளுக்கு ஆபிஸில் ஆனுவல் கிஃப்ட் வவுச்சர் கிடைத்திருக்கிறதாம். அதற்கு ஏதாவது வாங்கலாமென்றாள். நாராயணா பியர்ல்ஸிற்கும் எனக்கும் ஏதோ முன்ஜென்மப் பகை. முதல் முறை வந்தபோதும் எதுவும் வாங்கவில்லை. இந்த முறையும் வாங்கப்போவதில்லை. கடைக்குள் நுழைந்ததும்தான் நினைவு திரும்பியது. ஏற்கனவே இங்கு வந்திருப்பது. நிறைய ரகங்கள். ஒவ்வொன்றையும் பார்க்கப் பார்க்க ஏதாவது ஒன்றை வாங்கிவிடலாமென்று ஆசை. சென்ற முறையும் வாங்கவில்லையென்று அதிருப்தி. ஆனால் வாங்கப் போவதில்லை. அன்றைக்கு அஷ்டமி. ஒருமுறை அஷ்டமியன்று புதுத்துணி எடுத்து, கிட்டத்தட்ட இரண்டு மூன்று வருடங்களுக்குப் பிறகுதான் அதை உடுத்தவே முடிந்தது. அதற்குக் காரணம் அஷ்டமிதானா என்றெல்லாம் யோசிக்காவிட்டாலும் அஷ்டமி கொடுத்த அடையாளம் அப்படி. அந்த அனுபவத்திலிருந்து அஷ்டமிக்கு எதுவும் புதிதாக வாங்குவதில்லையென முடிவு.

ஒவ்வொரு ஜூவல்லரி செட்டாக கேட்டு வாங்கிப் பார்த்தவள் என்னிடம் அவ்வப்போது கருத்திற்கு ஒதுங்கினாள். எனக்கு மனதில் பட்டதைச் சொல்லிக்கொண்டிருந்தேன். இன்னொரு பக்கம் வற்புறுத்தல் வேறு, எதையாவது நான் வாங்க வேண்டுமென்று. முதலில் அடையாளமற்று மறுத்துக்கொண்டேயிருந்தேன். வாயைப் பிடுங்கிவிட்டாள். அஷ்டமியென்று போட்டு உடைத்தேன். அவள் அதைப் பொருட்படுத்தவில்லை. இருந்தாலும் நான் முடிவில் மாற்றமில்லாதவளாக உறுதியாக இருந்தே வெளியேறினேன். ஒரு நகை செட்டைப் பார்சல் செய்து என்னிடம் கொடுத்து ஹேண்ட் பேக்கிற்குள் வைக்கச் சொன்னாள். கடற்கரை முழுக்க அந்தப் பாரம் வேறு அழுந்திக்கொண்டேயிருந்தது. ஒரு புதுப்பொருளை நேரங்காலமில்லாமல் வெயில் சுமந்து திரியும் வாடை அடித்துக்கொண்டேயிருந்தது.

வரிசையாகப் படைவீடுகளைத் திறந்து கொண்டிருந்தவர், நாங்கள் இளைப்பாற அமர்ந்திருந்த வீட்டிற்கும் வந்து

சேர்ந்துவிட்டார். அவர் வரும்வரைக்கும் தர்மாம்பாள் படிக்கட்டுகளில் அமர்ந்திருந்தாள். அவளுக்கு வெகுநேரம் தேவைப்பட்ட ஏதோ ஒன்று கிடைத்துவிட்டது. எழ மனமில்லாமலே யோசனையிலேயிருந்தாள். எனக்கு உட்காரப் பிடிக்கவில்லை. மிக ரகசியமாகக் கிடைத்துவிட்ட தனிமையை உணர உணர அலாதியாயிருந்தது. தலையில் வைத்திருந்த பூச்சரத்தை எடுத்து, நான்காக மடித்து, ஹேர்பின்னை அழுந்தச் செருகினேன். தலையில் செருகும் போதே கோவில் காம்ப்பவுண்ட் சுவருக்கு வெளியிலுள்ள மரங்களையும் கட்டிடங்களையும் நாலாவட்டத்திலும் பார்த்துக்கொள்ள முடிந்தது. கணுக்கால் பகுதியிலிருந்து கொஞ்சம் மேலேறி நுரைத்து அப்பிப்போயிருந்த மணலை உதிர்க்க பாதங்களை பலமாகத் தரையில் தட்டிக்கொண்டிருந்தேன். ஈரம் காயாத லெக்கின்ஸ் துணியிலிருந்து ஈரமும் சிதறியது.

மெல்ல எழுந்து முதல் படைவீட்டிற்கு வந்தோம். பூ அலங்காரங்களோடு தயாராக நின்றிருந்தார் திருப்பரங்குன்றத்து முருகன். அர்ச்சகர் வந்து அர்ச்சனை செய்துவிட்டு, அனைவருக்கும் பிரசாதங்களைக் கொடுத்த பின்னர், ஒவ்வொரு படைவீடாக நகரத் தொடங்கினார்கள் பக்தர்கள். நாங்களும் மீண்டும் இடமிருந்து வலமாக ஒரு சுற்றலோடு கொடிக் கம்பத்திற்கு முன் வந்தமர்ந்தோம். தர்மாம்பாள் ஆசுவாசப்படுத்திக்கொண்டு பேசத்தொடங்கினாள். அவள் முழுநீளக்கதையொன்றை ஆரம்பிக்கப் போகிறவளாக கும்பகோணம் தான் சொந்த ஊரென்றாள். அங்கிருந்து சென்னைக்குக் கல்யாணம் செய்துகொண்டு வந்துவிட்டதை அசட்டுத்தனமாகச் சொல்லிமுடித்தாள். அப்பாவிற்கு ஒரே பெண்ணாக வளர்ந்திருக்கிறாள். அம்மா இல்லாதவள். அப்பாவிற்கு சமையல் உத்யோகம். அப்பாவிடமிருந்தே சமைக்கக் கற்றுக்கொண்டிருக்கிறாள். சிறுவயதில் ஆற்றுக்குக் குளிக்கப் போனது, பாட்டி வீட்டிற்குப் பலகாரம் கொடுக்கப் போனது முதல் நினைவாடிக் கொண்டிருந்தாள். அவளுக்குத் திருமண வாழ்வு பிடிக்கவில்லை.

கொடிக்கம்பத்திற்குக் கீழ் எதிரும் புதிருமாக எழுந்தோம். கோவிலைவிட்டு வெளியேறியபோது பூக்கடை திறந்திருந்தது. அவளிடம் கேட்டால் இந்தப் புதுப்பூவின் பெயரைத்

தெரிந்துகொள்ளலாமா. தர்மாம்பாள் கேட்டாள். கதம்பம் கட்டிக் கொண்டிருந்தவள் "த்தெர்லியே" என்றாள். அங்கிருந்து அப்படியே தெருவில் இறங்கி நடக்கத் தொடங்கினோம். டீ குடிக்கலாமென்றாள். இப்போது நான் முந்திக்கொண்டேன் நான்தான் வாங்கித் தருவேனென்று. இருவரும் எதிர்ப்பட்ட முதல் டீக்கடையில் புகுந்தோம். அவளுக்கு டீ வாங்கிக் கொடுப்பதில் ஏதோ ஆத்ம திருப்தியிருப்பதாக உணர்ந்தேன். அவளுக்கும் பிடித்திருந்திருந்தது. மறுப்பேதுமின்றி அன்யோன்யமாக நின்றாள்.

"இன்னெதும் வேணுமா"

அவள் போதுமென்பதையே அவ்வளவு நிறைவாகச் சொன்னாள்.

தெரு நீண்டபடியேயிருந்தது. நிழல் தெருவை அகலப்படுத்தியிருந்தது. பெரிய கட்டிடங்கள். அடுக்குமாடிக் குடியிருப்புகள். வாசலில் பூச்செடிகள். பூமரங்கள். அவள் என் கைகளைப் பிடித்துக்கொள்ளவில்லை. தனித்தனியாக நடந்துகொண்டிருந்தோம். எல்லா வீடுகளின் பால்கனிகளும் வெறுமையாகவேயிருந்தன. மனிதர்களைப் பார்க்கமுடியாத நிசப்தம் துரத்திக்கொண்டேயிருந்தது. சட்டென்று நினைவு வந்தவளாக ஒரு வீட்டிற்கு அழைத்துச் சென்றாள். அவளுக்கு ஏதும் ஆகிவிட்டதா? தெரியாதவர் வீட்டிற்கேதும் அழைத்துச் செல்கிறாளா? பின்னடைவோடே சென்றேன்.

கேட்டைத் திறந்துவிட்டார் அந்த வீட்டிலிருந்தவர். கார் நுழைந்துகொண்டிருந்தது. கேட்டை மூடுவதற்குள் நாங்களும் காரைப் பின்தொடர்ந்தோம். அங்கு நின்று கொண்டிருந்தவரிடம் ஏதோ ஒரு பெண் பெயரைச் சொல்லி,

"மேடம் இருக்காங்களா?"

அவருக்கு எதுவும் புரியவில்லை.

"தெர்ல. சார்ட்ட கேளுங்க"

வீட்டின் பக்கவாட்டிலேயே பார்த்துக்கொண்டிருந்தார். காரை பார்க் செய்துவிட்டு வந்தவரிடம் மீண்டும் அதே பெயரைச் சொல்லி விசாரித்தாள். அந்த நபர் புதிதாகக் குடிவந்தவராம்.

பழையவர்கள் வீடுமாற்றிவிட்டார்களென்றார். "ஓகேங்க.. தேங்க்ஸ்... தேங்க்ஸ்..." என்றவள் பழைய மேடத்தைப் பற்றிச் சிலாகிக்கத் தொடங்கினாள் ஓரிரு வரிகளில். இவள்தான் அவர்களுக்கு ஆஸ்த்தான சமையல் காரியாம். வீட்டில் ஒரு ஆளைப் போலவே பார்த்துக்கொள்வார்களாம்.

"ரொம்பவருஷமா இங்கதான் இருந்தாங்க... அதான் பாக்கலாமேன்ட்டு..."

அவள் குரலில் ஏமாற்றம் மட்டுமில்லை. வெறுமனே என்னை யாரோ ஒருவரின் முன்பு நிறுத்திவிட்ட குற்ற உணர்வும்.

மெயின்ரோடிற்கு வந்ததும் சாலையைக் கடந்தபடியே, வா... ரத்னகிரீஸ்வரரப் பார்த்துட்டு போவோமென்றாள். கால்கள் வலிக்க ஏன் இப்படி இழுத்துக்கொண்டு போகிறாளென்று குதர்க்கமாகயிருந்தது. கோவிலுக்குப் போவதிலொன்றும் பிரச்சனையில்லை. நிதானமில்லாமல் நடந்துகொள்கிறாள். பூக்கடைகளில் பூச்சரங்களை வாங்கிக்கொண்டோம். ஆம் அவள் வேறு கடையிலும், நான் வேறு கடையிலுமாக எங்கள் விருப்பங்களைத் தெரிவு செய்தோம்.

சோர்வு பீடித்தது. இந்தக் கோவில் வாசலில் கதம்பம் சிவப்பும் வெள்ளையும் மஞ்சளுமாகயிருந்தது. பொதுவாக கதம்பத்திற்கென்றிருக்கும் மலர்களில்லை. மரிக்கொழுந்துமில்லை. பச்சிலையுமில்லை. விசேசமாக இந்தக் கோவிலுக்கென்று கட்டப்படுகிறது. முதலில் அம்பாளைப் பார்த்துவிட்டு பிறகுதான் ஈசனைப் பார்க்கவேண்டுமாம். அம்பாளைத் தரிசித்துவிட்டு வேகமாக ஈசன் சன்னதி முன்பு போய் நின்றேன். அவளைக் காணவில்லை. கண்களை மூடி ஏதாவது கேட்க வேண்டும். அபூர்வமான சூழல் நெற்றியில் சில கணங்கள் தோன்றியது. அமைதிதான். "வாழ்வு சூதானமானது". கண்களைத் திறந்தபோது ரத்னகிரீஸ்வரர் இன்னும் அர்ச்சிக்கப்படாமலே நின்றிருந்தார். அவர்தான் இப்படிச் சொல்லியிருக்கிறார். அதற்கு அவருக்கு ஓர் அமைதி தேவை.

பிரகாரத்தில் கொஞ்சநேரம் அமர்ந்திருந்தோம். வரிசையாக நிற்க நுழைவுப் பகுதியில் பிரசாதம் கொடுக்கத் தொடங்கி விட்டார்கள். தர்மாம்பாள் பாய்ந்தாள். எனக்கும் வேகம் கூடியது. வரிசை நாங்கள் சேர்ந்துகொண்டதும் விறுவிறுவென நகர்ந்தது.

துணிகளை எடுத்துவைத்துக்கொள்ளும்படி வழி நடத்தினாள். மூத்த பெண்ணும் அப்படியே இரண்டு நாட்களுக்கு வேண்டிய துணிகளை எடுத்து வைத்தது.

ரவா கிச்சடி செய்வதாக தகவலளித்தவள், "இங்க பாரு என்னோட பேக்கு. எப்பவும் ரெண்டு சேல ரவிக்க இதெல்லாம் ரெடியா இருக்கும். இவரு வீட்டுக்கு வரார்னு ஃபோன் வந்துட்டாலே நானும் பெரியவளும் வீட்ல இருக்கமாட்டம்."

என்னைச் சுற்றி என்ன நடக்கிறதென்று புரியவில்லை. ஃப்ளாட் வாசலுக்கு வருவதற்கு முன்பே மெயின் கேட்டில் ஓனர் பெண் வழிமறித்து, "நல்ல குடி. சுமங்கலி பூஜ நடந்துட்ருக்கு. எல்லாரையும் தகாத வார்த்தைகள்ல பேசுறாரு. நாங்க கொஞ்சம் மெரட்டி அனுப்பிருக்கோம். இந்தப் பொண்ணக் கொண்டு போயி இப்ப உங்க வீட்ல வச்சுக்காத. வேற எங்கயாவது கூட்டிட்டு போ"

தர்மாம்பாள் என் முன்புதான் போனில் அவள் சமைத்த வீடுகள் ஒன்றிற்கு அழைத்துப் பேசினாள். எப்பொழுது அவள் கணவர் வந்தாலும் அந்த வீட்டில் அவளுக்கு முன் அனுமதி கூட பெறவேண்டியதில்லை. விஷயத்தைச் சொல்லிவிட்டால் போதுமென்றளவிற்கு பழகிப்போனது எனக்கு விசித்திரமாகப்பட்டது. நம்பமுடியவில்லை.

கீழே ஆட்டோ வந்து நின்ற சத்தம் கேட்டது. எல்லோரும் பேக்குகளை எடுத்துக்கொண்டு, மின்விளக்குகளை அணைத்துவிட்டு, இருளில் ஒளிந்துகொண்டது போல வீட்டைவிட்டு வெளியேறினோம். படிகளில் கூட சன்னமாக இறங்க வேண்டியிருந்தது. ஆட்டோவில் நடுவிலமர வைக்கப்பட்டேன். இடப்பக்கம் தர்மாம்பாள் ஆட்டோக்காரரிடம் கூட மெல்லிய குரலில் முகவரியைச் சொல்லிக்கொண்டிருந்தாள். வலது பக்கம் அவளின் மூத்த மகள் ஆட்டோவிலிருந்து மெதுவாக தலையை வெளியேற்றி எட்டிப்பார்த்தது. பால்கனியில் அரவமில்லை.

* * *

சர்க்கரைப் பொங்கல். தொன்னையில் வாங்கிக்கொண்டு ஒரு ஓரமாக ஒதுங்கினேன்.

அவளைக் காணவில்லை. சிறிது தூரத்தில் நின்றபடி சாப்பிட்டுக்கொண்டிருந்தாள். இலகுவாக ஒரு இடைவெளி என்னையும் அவளையும் பிரித்து வைத்திருந்தது. இருவரும் கைகழுவுமிடத்தில் ஒன்றாகினோம்.

பேருந்து நிறுத்தத்தில் கூட ஏதோ ஒன்று எங்களிருவருக்கு மிடையில் ஊடுருவி நின்றது. சுற்றி நிற்பவர்களைப் பார்ப்பதா இவளைப் பார்ப்பதாயென்று தள்ளி நின்றுகொண்டேன். அவளும் அதற்கு இடங்கொடுத்தாள். “பாஸந்தி ஸ்பெஷல்” போர்டு போட்டு இனித்துக்கொண்டிருந்த கடையை உற்றுப் பார்க்கத் தொடங்கியிருந்தேன். கவனித்துவிட்டாள். வர்ணிக்கத் தொடங்கினாள். பாஸந்தி அனுபவம் எனக்கும் உண்டு. மாப்பிள்ளைச் சந்திப்பொன்றில் அறிமுகமான இனிப்பு வகை. நண்பரோடு சாப்பிடும்போது அவருக்கு அப்படி அறிமுகமாகயிருக்கிறது. “அப்பலர்ந்து அந்த டேஸ்ட் நாக்ல ஒட்டிக்கிச்சு” என்றவரின் நினைவு காரணத்தோடு. நிறுத்தத்தில் யாரும் யாரையும் கண்டுகொண்டதுபோல் தெரியவில்லை. புங்கை மரம் கிளைகள் வெட்டப்பட்டு தாழ நின்றிருந்தது. அதற்குக் கீழ் விழுந்திருந்த நிழலையும் யாரும் கண்டுகொள்ளவில்லை. இந்த மரத்தை இங்கு யார் வைத்ததென்று தெரியவில்லை. ரசனையற்றவர்கள் காத்திருக்குமிடமிது.

வீட்டிற்கு வருவதற்குள் மூத்த மகள் வந்திருந்தாள். கதவைத் திறந்தவளிடம்,

“அவர் எங்க?”

“பால்கனில படுத்துருக்கார்”

சன்னமாகக் குரல்கள் ஒலித்தன. சைகையில் கேட்டாள் “குடியா?”

குரூரமாகத் தலையசைத்து வழிவிட்டாள். தர்மாம்பாள் என்னை பெட்ரூமில் இருக்கச் சொல்லிவிட்டு சமைக்க ஓடினாள். கூடவே அவள் பெண்ணும் உதவிக்கு ஓடியது. இருவரும் ரகசிய உளவாளிகளாக அடுப்பங்கரைக்கும் பெட்ரூமிற்கும் மாறி மாறி வந்து போனார்கள். என்னுடைய லக்கேஜ் பேக்கில்